พระมหาชนก

MAHÂJANAKA

พระราชนิพนธ์

พระบาทสมเด็จพระเจ้าอยู่หัวภูมิพลอดุลยเดชฯ

His Majesty King Bhumibol Adulyadej

เรื่อง

พระมหาชนก

The Story of

MAHÂJANAKA

พระราชนิพนธ์ใน

พระบาทสมเด็จพระเจ้าอยู่หัวภูมิพลอดุลยเดชฯ

เรื่อง

พระมหาชนก

พระบาทสมเด็จพระเจ้าอยู่หัวทรงพระกรุณาโปรดเกล้าโปรดกระหม่อม
ให้จัดพิมพ์และจัดจำหน่าย

พิมพ์ครั้งแรก (ปกแข็ง)   มิถุนายน พ.ศ. ๒๕๓๙
พิมพ์ครั้งที่ ๒ (ปกอ่อน)   มกราคม พ.ศ. ๒๕๔๐

สงวนลิขสิทธิ์ตามพระราชบัญญัติ การคัดลอกส่วนใด ๆ ในหนังสือนี้
ไปเผยแพร่ในทุกรูปแบบ ต้องได้รับอนุญาตจากเจ้าของลิขสิทธิ์ ยกเว้นการอ้างอิง
เพื่อศึกษาและการวิจารณ์

พิมพ์ที่ บริษัท อมรินทร์พริ้นติ้งแอนด์พับลิชชิ่ง จำกัด (มหาชน)
จัดจำหน่ายโดย   บริษัทอมรินทร์บุ๊คเซ็นเตอร์ จำกัด
                 ๖๕/๑๖ ถนนชัยพฤกษ์ ตลิ่งชัน กรุงเทพฯ ๑๐๑๗๐
                 โทร. ๘๘๒-๑๐๑๐

ราคา ๒๕๐ บาท

The Story of Mahājanaka

by

His Majesty King Bhumibol Adulyadej

His Majesty the King has granted royal permission for
the publication and sale of this book.

First Edition (hardback)   June 1996
Second Edition (paperback)   January 1997
All rights reserved including the right of reproduction in whole or in part
in any form except for studies or criticism.

Printed in Thailand by
Amarin Printing and Publishing Public Company Limited
Distributed by   Amarin Book Center Company Limited
                 65/16 Chaiyapruk Road, Taling Chan, Bangkok 10170
                 Tel. 882-1010

ISBN 974-8364-71-2

Baht 250.-

เหรียญพระมหาชนก

พระบาทสมเด็จพระเจ้าอยู่หัว ทรงพระกรุณาโปรดเกล้าโปรดกระหม่อมให้สร้างเหรียญ
พระมหาชนกควบคู่กับพระราชนิพนธ์ เรื่อง **"พระมหาชนก"** ฉบับปกแข็ง ซึ่งจัดพิมพ์และจัดจำหน่าย
ครั้งแรก เมื่อเดือนมิถุนายน พ.ศ. ๒๕๓๙ ในโอกาสเฉลิมฉลองกาญจนาภิเษกแห่งรัชกาล

ในการพิมพ์ฉบับปกอ่อนครั้งนี้ ทรงพระกรุณาโปรดเกล้าฯ ให้จัดทำเฉพาะหนังสือเท่านั้น

Mahajanaka Medallion

His Majesty the King has granted royal permission for casting of the
Mahajanaka Medallion for distribution with the hardback edition, published
in June 1996 on the auspicious occasion of the Golden Jubilee of his reign.

In this paperback edition His Majesty the King has granted royal permission
for publication of the book sans medallion.

พระราชปรารภ

    เมื่อ พ.ศ. ๒๕๒๐ พระบาทสมเด็จพระเจ้าอยู่หัวทรงสดับ
พระธรรมเทศนาของสมเด็จพระมหาวีรวงศ์ (วิน ธมฺมสาโร มหา-
เถร) วัดราชผาติการาม เรื่องพระมหาชนกเสด็จทอดพระเนตร
พระราชอุทยาน ในกรุงมิถิลา.   เรื่องมีใจความว่า ที่ทางเข้า
สวนหลวงมีต้นมะม่วงสองต้น ต้นหนึ่งมีผล อีกต้นหนึ่งไม่มีผล
ทรงลิ้มรสมะม่วงอันโอชา แล้วเสด็จเยี่ยมอุทยาน.   เมื่อเสด็จกลับ
ออกจากสวนหลวง   ทอดพระเนตรเห็นต้นมะม่วงที่มีผลรสดี
ถูกข้าราชบริพารดึงทึ้งจนโค่นลง   ส่วนต้นที่ไม่มีลูกก็ยังคงตั้งอยู่
ตระหง่าน แสดงว่าสิ่งใดดี มีคุณภาพ จะเป็นเป้าหมายของการ
ยื้อแย่ง และจะเป็นอันตรายในท่ามกลางผู้ที่ขาดปัญญา.

    พระบาทสมเด็จพระเจ้าอยู่หัวทรงสนพระราชหฤทัย จึงทรง
ค้นเรื่องพระมหาชนกในพระไตรปิฎก (พระสุตตันตปิฎก ขุททกนิกาย
ชาดก เล่มที่ ๔ ภาคที่ ๒) และทรงแปลเป็นภาษาอังกฤษ ตรงจาก
มหาชนกชาดก ตั้งแต่ต้นเรื่อง โดยทรงดัดแปลงเล็กๆ น้อยๆ เพื่อ
ให้เข้าใจง่ายขึ้น.

พระมหาชนกบำเพ็ญวิริยบารมีที่ไม่หวังผลตอบแทนใด ๆ จนกระทั่งได้ทรงครองราชสมบัติ และนำความเจริญมั่งคั่งแก่กรุงมิถิลาด้วยพระปรีชาสามารถ

มาถึงตอนเรื่องต้นมะม่วง พระบาทสมเด็จพระเจ้าอยู่หัวทรงพระราชดำริว่า การที่พระมหาชนกจะเสด็จออกทรงแสวงโมกขธรรม ยังไม่ถึงวาระเวลาอันสมควร เพราะว่าได้ทรงสร้างความเจริญแก่มิถิลายังไม่ครบถ้วน กล่าวคือข้าราชบริพาร "นับแต่อุปราชจนถึงคนรักษาช้างคนรักษาม้า และนับแต่คนรักษาม้าจนถึงอุปราช และโดยเฉพาะเหล่าอมาตย์ ล้วนจาริกในโมหภูมิทั้งนั้น. ไม่มีความรู้ทั้งทางวิทยาการทั้งทางปัญญา ยังไม่เห็นความสำคัญของผลประโยชน์แท้แม้ของตนเอง จึงต้องตั้งสถานอบรมสั่งสอนให้เบ็ดเสร็จ." อนึ่ง พระมหาชนกยังต้องทรงปรารภเรื่องการอนุบาลต้นมะม่วงตามวิธีสมัยใหม่ เก้าวิธีอีกด้วย

ด้วยประการเช่นนี้ พระบาทสมเด็จพระเจ้าอยู่หัวจึงทรงดัดแปลงเนื้อเรื่องในมหาชนกชาดก ให้เหมาะสมกับสังคมปัจจุบัน

โดยที่พระราชดำริว่า พระมหาชนกจะบรรลุโมกขธรรมได้ง่ายกว่า หากได้ประกอบพระราชกรณียกิจในโลกให้ครบถ้วนก่อน.

รูปที่ประกอบเรื่องเป็นฝีมือของศิลปินไทย ซึ่งได้ทุ่มเททั้ง กำลังกายและกำลังความคิดอย่างเต็มที่ เพื่อถ่ายทอดความงาม ของเรื่องนี้ให้ครบถ้วนสมบูรณ์.

พระบาทสมเด็จพระเจ้าอยู่หัวทรงแปลมหาชนกชาดก เสร็จสมบูรณ์เมื่อ พ.ศ. ๒๕๓๑ และทรงพระกรุณาโปรดเกล้า โปรดกระหม่อมให้พิมพ์ในโอกาสเฉลิมฉลองกาญจนาภิเษกแห่ง รัชกาล ให้เป็นเครื่องพิจารณาเพื่อประโยชน์ในการดำเนินชีวิตของ สาธุชนทั้งหลาย.

ขอจงมีความเพียรที่บริสุทธิ์ ปัญญาที่เฉียบแหลม กำลัง กายที่สมบูรณ์.

พระตำหนักจิตรลดารโหฐาน

๙ มิถุนายน ๒๕๓๙

PREFACE

In the year 1977 His Majesty the King once listened to a sermon by the Reverend Somdej Pra Mahaviravongs (Vin Dhammasaro) of Wat Rajpatikaram about King Mahajanaka's visit to the Royal Park in the city of Mithila. The story had it that, at the entry of the park, there were standing two mango trees, one bearing fruit and the other barren. The king tasted the delicious mango fruit then entered the park. When he returned, he saw that the mango tree with the tasty fruits had been vandalized and felled; as for the other tree, it was still proudly standing. The story demonstrated that good things of good quality will be the target of greed and will stand in danger.

His Majesty the King was interested, so he sought for the story of Mahajanaka in the Holy Tripitaka (Suttantapitaka Khuddakanikaya Jataka volume four, part two) and translated it into the English language, straight from the Thai text, from the beginning of the story, with some minor modifications for the sake of easier understanding of the text.

King Mahajanaka practised ultimate per-
severance without the desire for reward which resulted
in his gaining a throne and bringing prosperity and
wealth to the city of Mithila by the strength of his
qualities.

Upon arriving at the text concerning the mango
trees, His Majesty the King was of the opinion that
King Mahajanaka's desire to leave the city on a quest
for supreme tranquility was not yet opportune nor
timely because Mithila's prosperity had not yet reached
an appropriate peak, because everyone "from the
Viceroy down to the elephant mahouts and the horse
handlers, and up from the horse handlers to the
Viceroy, and especially the courtiers all live in the state
of ignorance. They lack wisdom as well as knowledge
in technology; they do not see the essence of what is
beneficial, even for their own good. Therefore, an
institution of universal learning must be established."
Moreover, King Mahajanaka also had to advance his
thoughts on how to revive the mango tree with nine
modern methods.

For these reasons, His Majesty the King
modified the original story in the Mahajanaka Jataka
to suit contemporary society, with the view that King
Mahajanaka would have been able to achieve supreme
tranquility more readily if he had completely fulfilled
his worldly duties first.

The pictures which depict the story are the work of Thai artists who have given their utmost in order that this story should be magnificently and completely portrayed.

The translation was completed in 1988, and His Majesty the King signified his desire to publish this book on the auspicious occasion of the Golden Jubilee of his reign, so that this story might become an object of constructive contemplation for all well-meaning people.

May all readers be blessed with pure perseverance, sharp wisdom and complete physical health.

Chitralada Villa
9 June 1996

Sumeru 8848 m
Mithila
Varanasi
Kalachampaka
Lanka

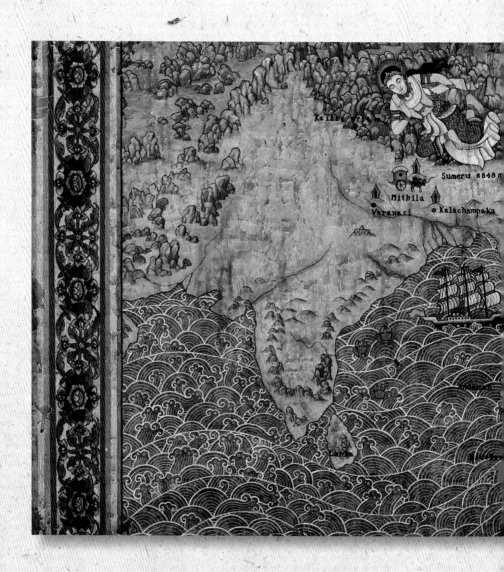

Yangon
SUVARNABHUMI
Devamahanagara
Phuket
Srivijaya

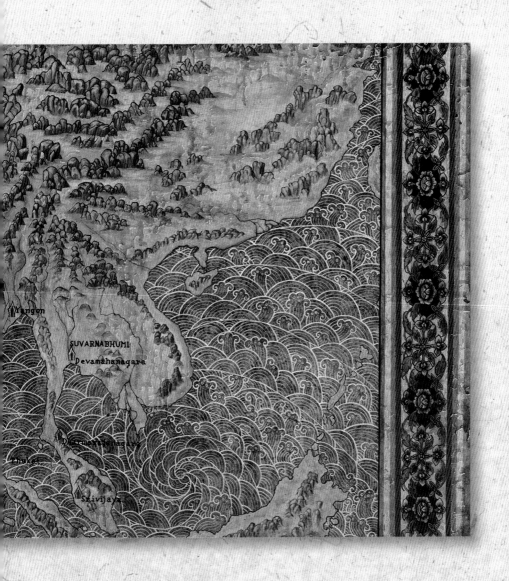

๑

ในอดีตกาลอันพ้นคณนาวิสัยครั้งหนึ่ง พระราชาพระนามว่า มหาชนก ครองราชสมบัติอยู่ในกรุงมิถิลาแคว้นวิเทหะ. พระเจ้ามหาชนกนั้น มีพระราชโอรสสองพระองค์ พระนามว่าอริฏฐชนก และโปลชนก. พระราชาพระราชทานตำแหน่งอุปราชแก่องค์พี่และตำแหน่งเสนาบดีแก่องค์น้อง. กาลต่อมาพระมหาชนกราชสวรรคต. พระอริฏฐชนกได้ครองราชสมบัติและทรงตั้งพระโปลชนกเป็นอุปราช.

1

Once upon an uncomputable time past, there was a king bearing the name of Mahajanaka who reigned in the city of Mithila in the land of Videha. King Mahajanaka had two sons named respectively Aritthajanaka and Polajanaka. The elder son was invested by the King as Viceroy, and the younger one, Chief Minister. In the course of time, the King passed away to Heaven. Prince Aritthajanaka acceded to the throne and invested his brother as Viceroy.

๒

ครั้นแล้ว อมาตย์ผู้ใกล้ชิดคนหนึ่งไปเฝ้ากราบทูลพระราชา
หลายครั้งว่า : "ขอเดชะ พระอุปราชเล่นไม่ซื่อกับพระองค์
พ่ะย่ะค่ะ." ความสิเนหาของพระอริฏฐชนกราชต่อพระอนุชา
ทนทานคำอาบพิษ อันซากซ้ำไม่ได้ พระโปลชนกจึงถูกจองจำ
และ ควบคุม รักษาในคฤหาสน์ ใกล้พระราชนิเวศ.
พระโปลชนก ทรงตั้งสัจจาธิษฐานว่า : "ถ้า
ข้าพเจ้าคิดไม่ ซื่อกับพระเชษฐราชจริง เครื่อง

จองจำจงคงตรึงมือเท้าของ  ข้าพเจ้า แม้ประตูก็จงคงปิด
สนิท ถ้าข้าพเจ้ามิได้คิดคดทรยศ เครื่องจองจำ  จงหลุด
จากมือและเท้าของข้าพเจ้า แม้ประตูก็จงเปิด." ทันใดนั้น
เครื่องจองจำได้หักลงเป็นท่อน ๆ แม้ประตูก็เปิดกว้าง. ต่อจาก
นั้นพระโปลชนกก็เสด็จออกไปยังเมืองชายแดนแห่งหนึ่ง ไปตั้งพระองค์
ณ ที่นั้น ประชาชนจำท่านได้ก็บำรุงพระองค์. ตอนนี้พระอริฏฐชนกราช
ไม่สามารถจับพระองค์ได้.

2

Then one close courtier kept repeating to the King: "Your August Majesty, the Viceroy is plotting against the throne." The oft recurring venomous words took their toll on the King's affection for his brother. As a result, Viceroy Polajanaka was put in chains and under guard in a mansion near the Royal Palace. Polajanaka swore upon the truth : "If I truly plotted against my brother, let these chains enfix my hands and feet forever and the door stay closed and locked. If I am innocent of High Treason, let these chains fall from my hands and feet and the door be opened." On that instant, the chains dropped down in pieces and the door was flung open wide. Thereupon, Prince Polajanaka went to a frontier town to recoup. The people recognized him and took good care of him. Now King Aritthajanaka was unable to have him arrested.

๓

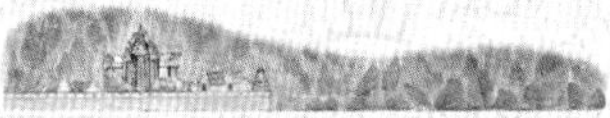

พระโปลชนกสามารถแผ่อิทธิพลทั่ว
ชนบทชายแดนและรวบรวมกำลังพลจำนวนมาก.　ทรงดำริว่า :
"แต่ก่อนนี้ เรามิได้คิดคดทรยศต่อพระเชษฐา　แต่บัดนี้
สถานการณ์　เปลี่ยนแปลงไปแล้ว　เราจึงจะจัดการตาม
สมควรแก่　กรณีย์."　ทรงให้ประชุมพลพรรค　แล้ว
เคลื่อนทัพ　ไปสู่กรุงมิถิลา　พร้อมด้วยมวลชนจำนวน

มาก. เมื่อถึง ก็ทรงให้ตั้งค่ายพักแรมกองทัพอยู่
นอกพระนคร. เมื่อเหล่าทหารชาวมิถิลารับทราบว่า
พระโปลชนก เสด็จมา ก็พากันขนยุทโธปกรณ์ มี
พาหนะช้างเป็นต้น มาที่กองบัญชาการของ พระโปลชนก
เป็นจำนวนมาก. ชาวนครพลเรือน อื่นๆ ก็เข้ามา
สวามิภักดิ์ด้วย.

3

Prince Polajanaka was able to expand his influence over the whole frontier territory and assembled a large military might. He reflected : "Of old, I entertained no ill will towards my brother. But now the situation has changed so I'll act accordingly." He called up the militia and, surrounded by a host of populace, set off for the city of Mithila. There he established an encampment outside the limit of the metropolis. When the soldiers of Mithila City learnt that Prince Polajanaka had arrived, they came in great number, to the prince's headquarters, bringing with them a quantity of military equipment and transport such as elephants. Civilians from the city also came to join.

๔

พระโปลชนกส่งสาส์นเป็นคำขาดถวายพระเชษฐาว่า :
"แต่ไหนแต่ไรข้าฯ ไม่เคยเป็นอริกับพระองค์เลย แต่ข้าฯ จะก่อ
สงคราม ณ บัดนี้.   พระองค์จะมอบเศวตฉัตร หรือจะเข้ายุทธภูมิ
กัน."   พระราชาอริฏฐชนกรับทราบดังนั้นและตกลงปฏิบัติการยุทธ์   จึง
ทรงเรียกพระอัครมเหสีมาตรัสว่า : "ยอดรัก การรบแพ้หรือชนะนั้นไม่
อาจรู้ได้ ถ้าพี่มีอันเป็นอันตราย น้องจงรักษาครรภ์ให้ดี."   ตรัสดังนี้
แล้วเสด็จกรีธาทัพออกจากพระนคร.

4

Prince Polajanaka sent a sort of ultimatum to his
brother : "In the past I never entertained any kind
of enmity towards you but I intend to kindle hostility at
this very moment.   Are you going to cede the throne to
me or are we to battle it out?"   King Aritthajanaka
acknowledged the message   and   decided   to
battle. So he called his Queen   and said : "Dearest,
to vanquish or to be vanquished   is not predictable. If
I am to meet deadly danger, then take good care of our
unborn seed."   After these words, he led the army out of the
royal city.

๕

ไพร่พลของพระอริฏฐชนกถูกทหารของพระโปลชนกตะลุย
หั่นแหลก และพระองค์เองต้องเสียพระชนมชีพในที่รบ. เมื่อ
ชาวพระนครทราบว่าพระราชาสวรรคตแล้ว ก็เกิดโกลาหลกันทั่วกรุง.
ส่วนพระเทวีทราบว่า พระราชสวามีสวรรคตแล้ว ก็รีบเก็บของสำคัญ
มีทองเป็นต้นใส่ในกระเช้า เอาผ้าเก่าๆ ปูปิดไว้ แล้วใส่ข้าวสารข้างบน.
ทรงปลอมพระองค์ด้วยภูษาเก่า เศร้าหมอง วางกระเช้า
บนพระเศียร แล้วรีบเสด็จออก จากพระนคร. แม้
เป็นกลางวันแสกๆ แต่ไม่มีใครจำ พระนางได้. พระนาง
เสด็จออกทางประตูทิศอุดร. แต่ไม่ทรงทราบว่าควร
จะมุ่งไปทางใด เพราะไม่เคยเสด็จ ที่ไหนเลย. จึงเสด็จ
ที่ศาลาแห่งหนึ่งและสอบถามว่ามีคนเดินทางไปนครกาลจัมปากะบ้างไหม
เพราะทรงทราบว่ามีนครชื่อนี้.

5

In the battle that ensued, Prince Polajanaka's soldiers made mince meat of Aritthajanaka's and killed him. When the people learnt about the King's demise, there was a great turmoil all through the city. As soon as the Queen knew that her royal consort was no more, she hurried to collect different valuables, such as gold, in a basket which she covered with old rags and put some rice on top. She donned old tainted clothes to disguise herself and, putting the basket on her head, she left the city immediately. Although it was broad daylight, nobody recognized her. The Queen went through the Northern Gate. She did not know where to proceed next because she had never been out anywhere. So she went to a rest-house and inquired if there was anyone heading for the city of Kalachampaka, which she only had heard about.

๖

สัตว์ในครรภ์ของพระเทวีนั้นมิใช่สัตว์ สามัญ แต่เป็นมหาสัตว์ผู้มีบารมีเต็มแล้วมา บังเกิด. ด้วยเดชานุภาพแห่งพระมหาสัตว์นั้น บันดาลให้ ภพของ ท้าวสักกเทวราชสำแดงอาการร้อน. ท้าวสักกเทวราชทรงพิจารณา เหตุการณ์แล้วทรงดำริว่า : "สัตว์ที่บังเกิดในพระครรภ์ของพระเทวี มีบุญมาก เราควรจะไปที่นั้น." จึงเนรมิตเกวียนมีประทุนเป็น เครื่องปกปิด จัดตั้งเตียงไว้ในเกวียนนั้น เนรมิตตนเหมือนคนแก่ แล้วขับเกวียนไปหยุดที่ประตูศาลาที่พระเทวีประทับอยู่.

6

The Being that rested in the royal womb was not an ordinary being but was one destined for enlightenment. The power of the Great Being caused an abnormal heat in the abode of Sakka Devaraja, King of the Gods (Indra). The Great God investigated the phenomenon and opined : "The Being in the royal womb has a great destiny; we must go and see." So he conjured a covered wagon with a bed inside and transformed himself into an old man. He drove the wagon to the rest-house where the Queen was and stopped at the entrance.

๗

พระเทวราชสอบถาม : "มีผู้ที่จะไปนครกาลจัมปากะบ้างไหม."
พระเทวีได้สดับดังนั้น จึงตรัสว่า : "ข้าแต่พ่อ ข้าพเจ้าจักไป."  
ท้าวสักกะ ตรัสว่า : "ถ้าเช่นนั้น แม่จงขึ้นนั่ง
บนเกวียน เถิด." พระเทวี
ออกมา ตรัสว่า : "ข้าแต่พ่อ
ข้าพเจ้ามี ครรภ์แก่ ไม่อาจขึ้นเกวียนไปได้ จักขอเดินตาม
พ่อไปเท่านั้น แต่พ่อช่วยรับกระเช้าของข้าพเจ้านี้ขึ้นเกวียนไปด้วย."

ท้าวสักกะตรัสว่า : "แม่พูดอะไร  คนที่รู้จักขับเกวียน
เช่นข้าพเจ้าไม่มี แม่อย่ากลัวเลย ขึ้นนั่งบนเกวียนเถิด
แม่." ด้วยอานุภาพแห่งพระโอรสของพระองค์ ในกาลที่
พระเทวี จะเสด็จขึ้นเกวียน แผ่นดินได้นูนพองขึ้นตั้งจดท้าย
เกวียน. พระเทวีเสด็จขึ้นบรรทมบนพระที่สิริไสยาสน์. ทรง
ทราบว่า นี้จักเป็นเทวดา. พระนางได้หยั่งลงสู่นิทรา เพราะ
ได้บรรทมบนพระที่อันเป็นทิพย์.

7

The King of the Gods inquired: "Is there anyone here going to Kalachampaka?" The Queen said: "I am going, Venerable One." Sakka Devaraja said: "Then, just step on the wagon, my dear." The Queen stepped out and said: "I am heavy with child; I cannot ride a wagon. I prefer walking behind you, ô Venerable One. But, if you please, put this basket on the wagon for me." Sakka Devaraja retorted: "What are you saying! There is no driver more skilled than I. Don't be afeared, step right up, dearie." By the might of the yet unborn child, as the Queen was going to step up on the wagon, the earth bulged up to the rear of the vehicle affording her an effortless access to the bed inside. She knew then that this was a god. The Queen lay down and drifted into a peaceful sleep, for that was a magic bed.

๘

ครั้งนั้น ท้าวสักกเทวราชทรง ขับเกวียน
ถึงแม่น้ำแห่งหนึ่ง ไกลราว สามสิบ
โยชน์ (๑๔๕ กิโลเมตร) จึงปลุก พระเทวี
แล้วตรัสว่า : "แม่จงลงจากเกวียนนี้ อาบน้ำในแม่น้ำ จงนุ่งห่มผ้าคู่
หนึ่ง ที่วางอยู่เหนือศีรษะนั้น จงหยิบของกินที่มีอยู่ภายในเกวียนนั้น
มากินเถิด." พระเทวีทรงทำตามอย่างนั้น แล้วบรรทม
ต่อไปอีก. ก็ลุถึงนครกาลจัมปากะในเวลาเย็น. ทอด
พระเนตร เห็นประตู หอรบ และกำแพงพระนคร
จึงตรัสถาม ท้าวสักกะว่า : "ข้าแต่พ่อ เมืองนี้ชื่ออะไร."

ท้าวสักกะตรัส ตอบว่า : "นครกาลจัมปากะ แม่." พระเทวี
ตรัสค้านว่า : "พูดอะไร พ่อ นครกาลจัมปากะ อยู่ห่าง
จากนครของ พวกเรา ถึงหกสิบโยชน์มิใช่หรือ." ท้าว
สักกะตรัสว่า : "ถูกแล้ว แม่ แต่ตารู้จักหนทางตรง."
ครั้งนั้นท้าว สักกเทวราชให้พระเทวี ลงจากเกวียน
ณ ที่ใกล้ประตู ด้านทิศทักษิณ. ตรัสบอกว่า : "บ้านของตา
อยู่ข้างหน้า แต่แม่จงเข้าไปสู่นครนี้." ตรัส ดังนี้แล้ว
เสด็จไปเหมือนไปข้างหน้า ได้หายตัวไปยังที่ ประทับ
ของพระองค์. ส่วนพระเทวีก็ประทับอยู่ที่ศาลาแห่งหนึ่ง.

8

So Indra drove the wagon off, arriving, after a distance of approximately thirty leagues (145 kilometres), at a big river. There he woke the Queen and told her: "My dear, do alight from the wagon to bathe in the river. Dress yourself with the set of clothes that hangs overhead, there. Then partake of the food that is in the wagon." The Queen did what she was told to do, then went to sleep once again. Eventually, they arrived at the city of Kalachampaka in the evening. At the sight of the gates, the towers and the city's ramparts, the Queen asked in wonderment: "Venerable One, what would this city's name be?" Indra answered: "This is the city of Kalachampaka, my dear." The Queen retorted: "Is the Revered One joking? Kalachampaka is at least sixty leagues away from our city, isn't it so?" Indra said: "It is, indeed, dear. But I know the direct route." Then Sakka Devaraja told the Queen to step down from the wagon near the Southern Gate. He said: "My house is further away, but, my dear, you must enter this city." Having said this, he appeared to move onwards, disappearing towards his abode. As for the Queen, she stayed at a rest-house.

๙

ขณะนั้นมีพราหมณ์ผู้เพ่งมนต์คนหนึ่งชาวกาลจัมปากะ เป็นทิศาปาโมกข์ มาณพประมาณห้าร้อยคนแวดล้อม เดินไปเพื่ออาบน้ำ. แลดูมาแต่ไกลเห็นพระเทวีนั้น มีพระรูปงามยิ่งสมบูรณ์ด้วยความงามเป็นเลิศ ประทับอยู่ ณ ศาลานั้น. ด้วยอานุภาพแห่งพระมหาสัตว์ผู้บังเกิดในพระครรภ์ของพระเทวี พอเห็นเท่านั้น ก็เกิดสิเนหาราวกะว่าเป็นน้องสาวของตน. จึงให้เหล่ามาณพพักอยู่ภายนอก เข้าไปในศาลาแต่ผู้เดียว.

9

At that moment a Brahmin guru living in the city of Kalachampaka, who was a master of philosophy, accompanied by about five hundred disciples passed by, on their way to bathe. The guru looked from afar and saw the Queen, a figure of exquisite grace and absolute beauty, sitting there at the rest-house. By the might of the Great Being in the royal womb, as soon as the Brahmin saw the Queen, he was enraptured by the thought that this was his younger sister. He ordered his disciples to stay outside and entered the rest-house alone.

๑๐

พราหมณ์ถามว่า : "น้องหญิง แม่เป็นชาวบ้านไหน."
พระเทวีตรัสตอบว่า : "ข้าแต่พ่อ ข้าพเจ้าเป็น
อัครมเหสีของพระอริฏฐชนกราช กรุงมิถิลา." พราหมณ์ถาม : "แม่มา
ที่นี้ทำไม." พระเทวีตรัสตอบว่า : "พระอริฏฐชนกราชถูกพระโปลชนก
ปลงพระชนม์ เมื่อเป็นเช่นนี้ ข้าพเจ้ากลัวภัยจึงหนีมา ด้วยคิดว่า
จักรักษาครรภ์ไว้." พราหมณ์ถามว่า : "ก็ในพระนครนี้ มีใครที่เป็น
พระญาติของเธอหรือ." พระเทวีตอบว่า : "ไม่มี พ่อ." พราหมณ์
กล่าวว่า : "ถ้าเช่นนั้น เธออย่าวุ่นใจไปเลย. ข้าพเจ้าอุทิจจ
พราหมณ์มหาศาล เป็นอาจารย์ทิศาปาโมกข์. ข้าพเจ้า
จักตั้งเธอไว้ในที่ เป็นน้องสาว ปฏิบัติดูแลเธอ. เธอจง
กล่าวกะข้าพเจ้าว่า 'ท่านเป็นพี่ชาย'. แล้วจับที่เท้าทั้งสองของข้าพเจ้า
คร่ำครวญเถิด."

10

The Brahmin asked: "Sister, what township do you hail from?" The Queen answered: "Respected one, I am King Aritthajanaka's queen, from the city of Mithila." The Brahmin asked: "For what purpose are you here?" The Queen answered: "When King Aritthajanaka was killed by Prince Polajanaka, I saw danger, so I fled to save my yet unborn seed." The Brahmin asked: "In this city, do you have any relative?" The Queen answered: "None, Sir." The Brahmin said: "In that case, don't you worry. I am Udicchabrahmana Mahasala, a guru leading the way to scores of disciples. I am installing you in the position of my rightful sister. I'll safeguard you and take good care of you. Pray, repeat after me these words: 'You are my elder brother.' Then, touch both my feet with your hands and begin to moan and wail."

๑๑

พระเทวีรับคำแล้ว เปล่งเสียงดัง ทอดพระองค์ลงจับเท้าทั้งสองของพราหมณ์. ทั้งสองต่างก็คร่ำครวญกันอยู่. ครั้งนั้นเหล่าอันเตวาสิกได้ยินเสียงของพราหมณ์ จึงพากันวิ่งเข้าไปยังศาลา. ถามว่า : “ท่านอาจารย์ เกิดอะไรแก่ท่านหรือ.” พราหมณ์กล่าวว่า : “พ่อทั้งหลาย หญิงนี้เป็นน้องสาวของฉันพลัดพรากจากฉันไปแต่ครั้งโน้น.” เหล่าอันเตวาสิกกล่าวว่า : “บัดนี้ท่านทั้งสองได้พบกันแล้ว ขออย่าได้วิตกเลย.”

11

The Queen acknowledged his request; she cried loudly, threw herself down and held both the Brahmin’s feet. The two moaned and wailed. When the disciples heard the moaning sounds of the Brahmin, they rushed into the rest-house, asking : “Master, what happened to you?” The Brahmin said : “My dear disciples, this woman is my long lost younger sister.” The disciples said : “Now that you have found each other, you don’t have to worry anymore.”

๑๒

พราหมณ์ให้นำยานที่ปกปิดมา ให้พระเทวีประทับในยานนั้น. กล่าวกะเหล่ามาณพว่า : "เจ้าทั้งหลายจงบอกแก่นางพราหมณีว่า หญิงนี้เป็นน้องสาวของเรา. แล้วจงบอก นางพราหมณี เพื่อทำกิจทั้งปวงแก่นาง." กล่าวฉะนี้แล้ว ส่งพระเทวีไปสู่ เรือน. ลำดับนั้น นางพราหมณีให้พระนาง สรงสนานด้วย น้ำร้อน แล้วแต่งที่บรรทมให้บรรทม. เมื่อพราหมณ์อาบน้ำแล้วก็ กลับมาสู่เรือน สั่งให้เชิญพระนางมาในเวลาบริโภคอาหาร ด้วยคำว่า : "จงเชิญน้องสาวของเรามา." แล้วบริโภคร่วมกับพระนาง.

12

The Brahmin ordered them to bring a covered vehicle and have the Queen sit in it. He told his disciples : "You go and tell the Brahmani that this woman is my younger sister. And tell the Brahmani to take all the best care of her." Having said that, he sent the Queen on her way home. There the Brahmani had the Queen take a good hot bath and prepared a bed for her to sleep in. When the Brahmin came back home from his bath, he gave an order to invite the Queen for a meal, using these words : "Go and invite our sister to come." And he ate with her.

๑๓

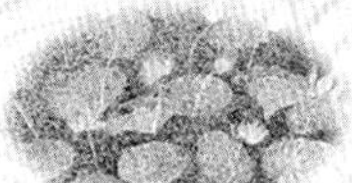

พราหมณ์ได้ปรนนิบัติพระนางในนิเวศของตน. ไม่นานนักพระนางก็ประสูติพระโอรส มีวรรณะดังทอง. พระเทวีขนานพระนามพระโอรส เหมือนพระอัยกาว่า มหาชนกกุมาร. พระกุมารนั้น ทรงเจริญวัยก็เล่น กับพวกเด็ก. เด็กพวกใดรังแกทำให้พระกุมาร ขัดเคือง พระกุมารก็จับเด็กพวกนั้นให้มั่นแล้วตี. ความที่พระองค์มี

พระกำลังมาก และด้วยความที่  เป็นผู้เข้มงวดเพราะ
มานะ โดยที่พระองค์เกิดในตระกูล กษัตริย์ที่ไม่เจือปน
ทำให้พวกเด็กเหล่านั้น ทั้งเจ็บ ทั้ง กลัว จึงร้องไห้เสียง
ดัง. เมื่อถูกถามว่า : "ใครตี." ก็บอกว่า : "บุตรหญิงหม้ายตี."
พระกุมารทรงคิดว่า : "พวกเด็กว่า เราเป็น
บุตรหญิงหม้ายอยู่เนือง ๆ ช่างเถอะ เราจัก
ถามมารดาของเรา."

13

The Brahmin looked after her in his own house. Not long thereafter, the Queen gave birth to a son with a resplendent golden complexion. The Queen gave him the name of Mahajanakakumara after his royal grandfather. As a child, the prince played with other children. Any child who would disturb or annoy him, the prince would grab him firmly and beat him soundly. He was physically quite strong and of a rather strict disposition resulting from a subconscious inborn pride of being of pure royal blood. The children were both hurt and scared, so they cried loudly. When asked : "Who beat you?" they would answer : "The widow's offspring." The prince thought : "The children always say that we are the widow's offspring. Well, it doesn't matter; we'll just go and ask our mother."

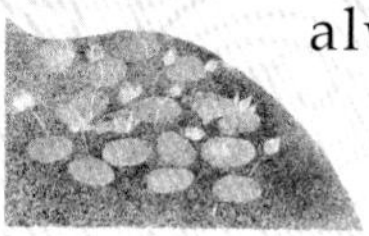

๑๔

วันหนึ่ง พระกุมารจึงทูลถามพระมารดาว่า : “ข้าแต่พระมารดา ใครเป็นบิดาของฉัน.”

พระนางตรัสลวงพระกุมารว่า : “พราหมณ์ เป็นบิดาของลูก.” วันรุ่งขึ้นพระกุมารตีเด็กทั้งหลาย เมื่อเด็กทั้งหลายกล่าวว่า : “บุตรหญิงหม้ายตี.” จึงตรัสว่า : “พราหมณ์เป็นบิดาของเรา มิใช่หรือ.” ครั้นพวกเด็กถามว่า : “พราหมณ์เป็นอะไรกับเธอ.” จึงทรงคิดว่า : “เด็กเหล่านี้กล่าวว่า : ‘พราหมณ์เป็นอะไรกับเธอ’ มารดาของเราไม่บอกเหตุการณ์นี้ตามจริง ท่านไม่บอกแก่เรา ตามใจของท่าน ยกไว้เถิด เราจักให้ท่านบอกความจริงให้ได้.”

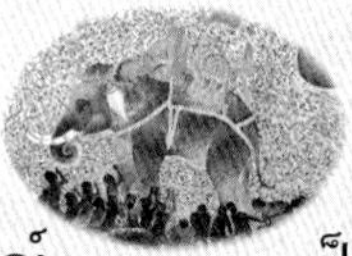

14

So one day, the young prince asked his mother: “Respected Mother, who would my father be?” The Queen withheld the truth: “The Brahmin is your father.” The next day, the prince beat the children again and when they again said: “The widow’s offspring beat us”, he said: “Is the Brahmin not my father?” The children retorted with a question: “What sort of relative of yours is the Brahmin?” The prince opined: “These children say: ‘What sort of relative of yours is the Brahmin?’ Our mother surely does not tell the truth to us. She does not open her heart to us. Nevertheless, we’ll go and press her for the real fact.”

๑๕

เมื่อพระกุมารดื่มน้ำนมพระมารดา   จึงกัดพระถันพระมารดาไว้
ตรัสว่า : "ข้าแต่แม่   แม่จงบอก   บิดาแก่ฉัน ถ้าแม่ไม่
บอก ฉันจักกัดพระถันของแม่ให้ขาด."   พระนางไม่อาจตรัส
ลวงพระโอรส   จึงตรัสบอกว่า :   "พ่อ   เป็นโอรสของพระเจ้า
อริฏฐมหาชนก   ในกรุงมิถิลา.   พระบิดาของพ่อถูกพระโปลชนกปลง
พระชนม์   แม่ตั้งใจรักษาตัวพ่อ จึงมาสู่นครนี้   พราหมณ์นี้ตั้งแม่ไว้
ในที่เป็นน้องสาว ปฏิบัติดูแลแม่."   ตั้งแต่นั้นมา   แม้ใครว่าเป็นบุตร
หญิงหม้าย   พระกุมารก็ไม่กริ้ว.

15

As the prince was suckling at his mother's breast, he held her nipple firmly and said: "Respected Mother, do tell me about Father. If you don't, I'll chew off your nipple." The Queen could not deceive her son anymore, so she said: "You are the son of King Aritthamahajanaka of Mithila. Your father was slain by Prince Polajanaka. To safeguard you, Mother came to this city. The Brahmin took me in and looked after me as his younger sister." From that moment on, even when anybody would call him 'the widow's offspring', the prince would not get angry anymore.

๑๖

พระกุมารทรงเรียนไตรเพทและศิลปศาสตร์ ทั้งปวง ภายในพระชนม์ ๑๖ ปี. เมื่อมีพระชนม์ ได้ ๑๖ ปี เป็นผู้ทรงพระรูปโฉมอันอุดม. พระองค์ทรงคิดว่า : "เราจักเอา ราชสมบัติซึ่งเป็นของพระบิดา." จึงทูลถามพระมารดาว่า : "ข้าแต่ พระมารดา ทรัพย์อะไรๆ ที่พระมารดาได้มา มีบ้างหรือไม่ ฉันจัก ค้าขายให้ทรัพย์เกิดขึ้น แล้วจักเอาราชสมบัติซึ่งเป็นของ พระบิดา." พระนาง ตรัสตอบว่า : "ลูกรัก แม่ไม่ได้มา มือเปล่า. สิ่งอันเป็น แก่นสารของเรามีอยู่สามอย่าง คือ แก้วมณี แก้วมุกดา แก้ววิเชียร. ในสามอย่างนั้นแต่ละอย่าง พอจะเป็นกำลังเอาราชสมบัติได้. พ่อจงรับแก้วสามอย่างนั้น คิดอ่านเอาราชสมบัติเถิด อย่าทำการค้าขายเลย."

16

The prince learnt the Three Vedas and all the sciences within his sixteenth year. At the age of sixteen, he was a handsome figure to behold. He told himself: "We'll get back the throne that was rightfully our father's." So he asked his mother: "Respected Mother, did you bring any valuables with you? I'll trade to increase the value and get the throne of my father back." The Queen answered: "Dear son, I did not come here empty handed. We have three kinds of valuables. We have rubies, pearls and diamonds. Any one of these kinds would be enough to get back the throne. My son, take all these and regain the throne. Don't try to trade."

๔๙

๑๗

พระกุมารทูลว่า : "ข้าแต่ พระมารดา ขอพระมารดาจง ประทาน ทรัพย์นั้นกึ่งหนึ่งแก่หม่อมฉัน จะไปเมืองสุวรรณภูมิ นำ ทรัพย์เป็นอันมากมา แล้ว เอาราชสมบัติซึ่งเป็นของ พระบิดา." ทูลดังนี้แล้ว ให้พระมารดาประทานทรัพย์กึ่งหนึ่ง จำหน่าย ออกเป็น สินค้าแล้วให้ขนขึ้นเรือพร้อมกับพวก พาณิชที่ จะเดินทางไปสุวรรณภูมิ. แล้วกลับมา ถวายบังคมลาพระมารดา ทูลว่า : "ข้าแต่พระมารดา หม่อมฉันจักไป

เมืองสุวรรณภูมิ." พระนางตรัสห้ามว่า : "ลูกรัก ชื่อว่า มหาสมุทร สำเร็จ ประโยชน์น้อย มีอันตรายมาก. อย่าไปเลย. ทรัพย์ของพ่อมีมากพอประโยชน์ เอาราชสมบัติแล้ว." พระกุมารทูลว่า : "หม่อมฉันจักไปแท้จริง." ทูลลาพระมารดาถวายบังคม กระทำประทักษิณ แล้วออกไปขึ้นเรือ.

ในวันนั้นได้เกิดพระโรคขึ้นในพระสรีระ ของพระโปลชนกราช บรรทมแล้วเสด็จลุกขึ้นอีกไม่ได้.

17

The prince told his mother: "Respected Mother, give me half of the assets. I'll go to the land of Suvarnabhumi and bring back an enormous wealth, then I'll win back the throne that belonged to my father." Having told her that, he asked his mother for half of the treasure. He used it to purchase goods to be loaded aboard a ship on which he  would sail, along with other merchants, for Suvarnabhumi. Then he went back to take leave of his mother. He said: "Respected Mother, I am going to the land of Suvarnabhumi." The Queen warned him: "An ocean trip is not worth it. The benefit is scarce, the perils manifold. Don't you go. You already have enough wealth to be able to regain the throne." The prince told the Queen: "I have decided to go." Thereupon he took leave of his mother by making a dexterambulation and went along to embark.

On that very day, there happened an illness in the body of King Polajanaka. He retired and could not get up again anymore.

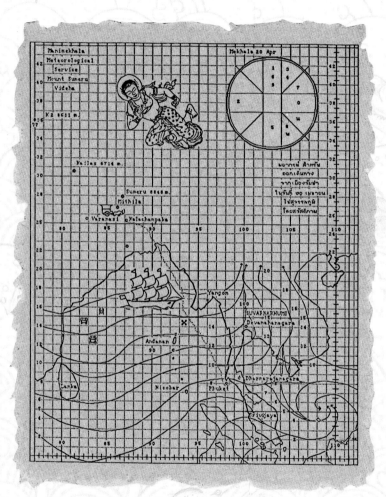

Mani Mekhala 20 April
พยากรณ์ สำหรับออกเดินทาง จากเมืองจัมปา
ในวันที่ ๒๐ เมษายน ไปสุวรรณภูมิโดยสวัสดิภาพ

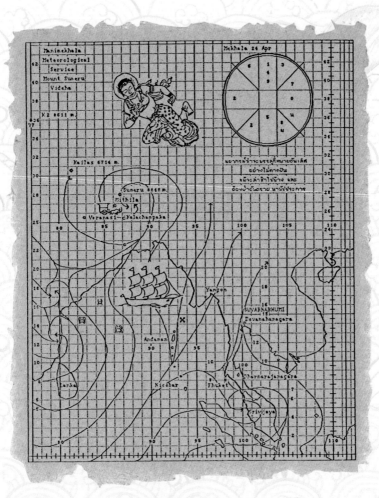

Mani Mekhala 24 April

พยากรณ์ว่าจะบรรลุที่หมายอันเลิศ

อย่างไม่คาดฝัน แม้จะล่าช้าไปบ้าง และต้องฝ่าอันตรายนานัปการ

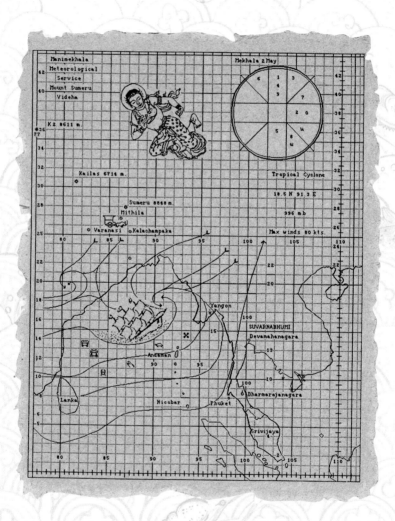

Mani Mekhala 2 May
Tropical Cyclone

Mani Mekhala 9 May

วันนี้วันอุโบสถ

๑๘

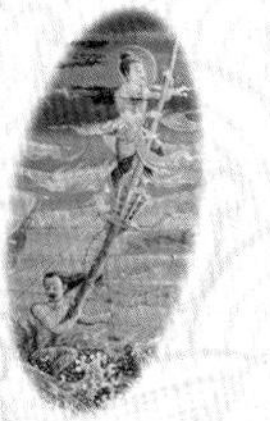

พวกพาณิชประมาณเจ็ดร้อยคนขึ้นสู่เรือ.   เรือแล่นไป
ได้เจ็ดร้อยโยชน์ ใช้เวลาเจ็ดวัน.   เรือแล่นด้วย
กำลังคลื่นที่ร้ายกาจ ไม่อาจทรงตัวอยู่ได้ แผ่นกระดานก็
แตกด้วยกำลังคลื่น น้ำเข้ามาแต่ที่นั้น ๆ เรือก็จมลงในกลาง
มหาสมุทร.   มหาชนกลัวมรณภัย ร้องไห้คร่ำครวญ กราบไหว้เทวดา
ทั้งหลาย.   แต่พระมหาสัตว์ไม่ทรงกันแสง ไม่ทรงคร่ำครวญ ไม่ไหว้
เทวดาทั้งหลาย.   พระองค์ทรงทราบว่าเรือจะจม จึงคลุกน้ำตาลกรวด
กับเนย เสวยจนเต็มท้อง   แล้วชุบผ้าเนื้อเกลี้ยงสองผืนด้วยน้ำมัน
จนชุ่ม ทรงนุ่งให้มั่น.   ทรงยืนเกาะเสากระโดง ขึ้นยอดเสากระโดง
เวลาเรือจม.   มหาชนเป็นภักษาแห่งปลาและเต่า น้ำโดยรอบมีสีเหมือน
โลหิต.   พระมหาสัตว์เสด็จไปทรงยืนที่ยอดเสากระโดง.   ทรงกำหนด
ทิศว่า เมืองมิถิลาอยู่ทิศนี้ ก็กระโดดจากยอดเสากระโดง ล่วงพ้น
ฝูงปลาและเต่า ไปตกในที่สุด อุสภะหนึ่ง (๗๐ เมตร) เพราะพระองค์
มีพระกำลังมาก.

พระโปลชนกราชได้สวรรคตในวันนั้นเหมือนกัน.

จำเดิมแต่นั้น พระมหาสัตว์เป็นไปอยู่ในคลื่นซึ่งมีสีดังแก้วมณี
เหมือนท่อนต้นกล้วยทอง   ข้ามมหาสมุทรด้วยกำลังพระพาหา.
พระมหาสัตว์ทรงว่ายข้ามมหาสมุทรอยู่เจ็ดวัน   เหมือนว่ายข้ามวันเดียว.
(พระองค์ทรงสังเกตเวลานั้นว่า   วันนี้เป็นวันอุโบสถ จึงบ้วนพระโอษฐ์
ด้วยน้ำเค็ม ทรงสมาทานอุโบสถศีล.)

18

*A*bout seven hundred merchants boarded the ship. The ship sailed seven hundred leagues in seven days. The ship rode the crest of a terrible wave; it could not maintain its balance; the planks gave way under the might of the waves; water rushed in at many places; the ship foundered in the middle of the ocean. All the passengers feared death; they cried and wailed, and invoked and exhorted the gods for help. But the Great Being did not cry nor wail, did not invoke nor exhort the gods for help. The prince knew that the ship would sink, so he mixed sugar with butter and had his fill of this mixture. Then he soaked two pieces of plain cloth in oil and wound them tightly around his body. He stood up, holding onto the mainmast. He climbed up the mast as the ship was sinking. The others became food for fish and turtles; the water all around took the colour of blood. The Great Being stood up on the top of the mast. He aimed in the direction of Mithila and jumped forwards off the mast, exerting his great strength to clear a school of fish and turtles, to a distance of one usabha (70 metres).

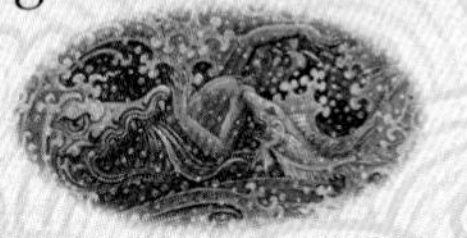

On that same day, King Polajanaka died.

From that moment on, the Great Being was like a golden banana tree trunk in the waves which had the colour of ruby, swimming in the ocean by the might of his shoulders. He swam for seven days, but it seemed only one day.

๖๕

๑๙

ที่ในกาลนั้น ท้าวโลกบาลทั้งสี่ มอบให้เทพธิดาชื่อมณีเมขลา เป็นผู้ดูแลรักษาสัตว์ทั้งหลาย ผู้ประกอบด้วยคุณมีบำรุงมารดาเป็นต้น เป็นผู้ไม่สมควรจะตายในมหาสมุทร. นางมณีเมขลามิได้ตรวจตรามหาสมุทรเป็นเวลาเจ็ดวัน. เล่ากันว่า นางเสวยทิพยสมบัติเพลิน ก็เผลอสติมิได้ตรวจตรา. บางอาจารย์กล่าวว่า นางเทพธิดาไปเทพสมาคมเสีย. นางคิดได้ว่า : “วันนี้เป็นวันที่เจ็ดที่เรามิได้ตรวจตรามหาสมุทร มีเหตุอะไรบ้างหนอ.” เมื่อนางตรวจดูก็เห็นพระมหาสัตว์ จึงคิดว่า : “ถ้ามหาชนกกุมารจักตายในมหาสมุทร เราจักไม่ได้เข้า เทวสมาคม.” คิดฉะนี้แล้ว ตกแต่งสรีระ สถิตอยู่ในอากาศไม่ไกลพระมหาสัตว์.

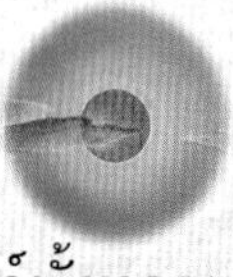

19

At that time, the Four World Watchers had entrusted a goddess named Mani Mekhala to look after all virtuous creatures who did good deeds, such as taking good care of their mother, and who should not die at sea. Mani Mekhala had not inspected the seas for seven days. It was said that she was absorbed with celestial joys, so she forgot her inspection duties. Other academics say that the goddess went to the Celestials' Society. Anyway, she recalled: "Today is the seventh day that I have not inspected the high seas. I wonder what the situation is." Upon inspection, she saw the Great Being and she thought: "Should young Prince Mahajanaka perish in the ocean, I'll never be allowed in the Celestials' Society anymore." Having so pondered, she adorned herself and went to hover not far from the Great Being.

๒๐

เมื่อจะทดลองพระมหาสัตว์ จึงกล่าวคาถาแรกว่า :

นี้ใคร   เมื่อแลไม่เห็นฝั่งก็อุตสาหพยายาม
ว่ายอยู่ท่ามกลางมหาสมุทร   ท่านรู้อำนาจ 
ประโยชน์อะไร จึงพยายามว่ายอยู่อย่างนี้นักหนา

บรรดาบทเหล่านั้น บทว่า อปสฺสนฺตีรํ แปลว่า แลไม่เห็น
ฝั่งเลย.   บทว่า อาหุเห ได้แก่ กระทำด้วยเพียร.

अपस्सन्तीरं

आहुहे

20

To test the Great Being, she intoned the first stanza :

> *Who's that, even though the coast is
> nowhere to be seen, is still swimming in
> the midst of the ocean waves? What mighty
> use do you see in striving to swim in this
> manner?*

Among these words the word **apassantīraṃ** means : not
a glimpse of the coast. The word **āhuhe** means : acting with
perseverance.

अपस्सन्तीरं

आहुहे

๒๑

ครั้งนั้น พระมหาสัตว์ทรงดำริว่า : "เราว่ายข้ามมหาสมุทรมาได้
เจ็ดวันเช้าวันนี้ ไม่เคยเห็นเพื่อนสองของเราเลย นี่ใครหนอ
มาพูดกะเรา." เมื่อแลไปในอากาศก็ทอดพระเนตรเห็นนางมณีเมขลา
จึงตรัสคาถาที่สองว่า :

> ดูก่อนเทวดา เราไตร่ตรองเห็นปฏิปทา
> แห่งโลก และอานิสงส์แห่งความเพียร. เพราะ
> ฉะนั้น ถึงจะมองไม่เห็นฝั่ง เราก็ต้องพยายามว่าย
> อยู่ท่ามกลางมหาสมุทร.

บรรดาบทเหล่านั้น บทว่า นิสมฺม วตฺตํ โลกสฺส ความว่า
เรานั้นไตร่ตรอง คือใคร่ครวญ วัตร คือปฏิปทาของโลกอยู่. บทว่า
วายมสฺส จ ความว่า พระมหาสัตว์แสดงความว่าเราไตร่ตรอง คือ
เห็นอานิสงส์แห่งความเพียรอยู่. บทว่า ตสฺมา ความว่า เพราะเรา
ไตร่ตรองอยู่ คือรู้ว่า ชื่อว่าความเพียรของบุรุษย่อมไม่เสียหาย ย่อม
ตั้งอยู่ในความสุข. ฉะนั้น แม้จะมองไม่เห็นฝั่ง ก็ต้องพยายาม คือ
กระทำความเพียร.  อธิบายว่า เราจะไม่คำนึงถึงข้อนั้นได้
อย่างไร.

निसम्म कत्तं लोकस्स

वायमस्स च

तस्मा

21

Then the Great Being opined : "To this morning, we have been swimming the ocean for seven days. All that time we have seen nary a soul as companion. Now, who is that speaking to me?" Looking up skywards, he saw Mani Mekhala. Thereupon, he intoned the second stanza :

> *Ô Goddess, we have reflected upon the worldly behaviour and the merits of perseverance. Thus, we conclude that, even though we do not see the shores, we still have to persist in our swimming in the wide ocean.*

Among these words, the words **nisamma vattaṃ lokassa** mean : we have reflected upon, i.e. thought out, the duties, i.e. the behaviour of the world. The words **vāyamassa ca** mean : the Great Being exposes his view : we have reflected, i.e. we have seen the merits of perseverance. The word **tasmā** means : because we are reflecting, i.e. we well know that perseverance will never hurt anybody, i.e. will certainly result in Ultimate Happiness. Therefore, even though we do not see the coast, we must always strive, i.e. persevere. We reiterate : how can we ever disregard this quality?

निसम्म वत्तं लोकस्स
वायमस्स च
तस्मा

๒๒

นางมณีเมขลาปรารถนาจะฟังธรรมกถาของพระมหาสัตว์ จึงกล่าวคาถาอีกว่า :

ฝั่งมหาสมุทรลึกจนประมาณไม่ได้ ย่อมไม่ปรากฏแก่ท่าน. ความพยายามอย่างลูกผู้ชายของท่านก็เปล่าประโยชน์ ท่านไม่ทันถึงฝั่งก็จักตาย.

บรรดาบทเหล่านั้น บทว่า อปฺปตฺวา ว ความว่า ยังไม่ทันถึงฝั่งก็จักตาย.

अप्पत्वा व

22

Mani Mekhala desiring to hear a further discourse from the Great Being, intoned another stanza :

> *The coast of the unfathomable ocean*
> *is assuredly not visible to you.   Your heroic*
> *efforts are thus of no avail; you will be dead*
> *before you reach the shores.*

Among these words, the words **appatvā va** mean :   will die before reaching the coast.

अप्पत्वा व

๒๓

ครั้งนั้น พระมหาสัตว์ตรัสกะนางมณีเมขลาว่า : "ท่านพูดอะไร อย่างนั้น เราทำความพยายาม แม้ตายก็จักพ้นครหา." ตรัส ฉะนี้แล้ว จึงกล่าวคาถาว่า :

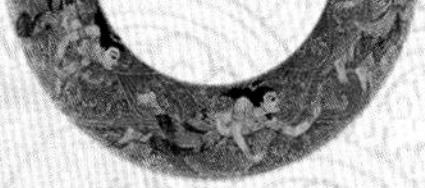

บุคคลเมื่อกระทำความเพียร แม้จะตายก็
ชื่อว่า ไม่เป็นหนี้ในระหว่างหมู่ญาติ เทวดา และ
บิดามารดา. อนึ่ง บุคคลเมื่อทำกิจอย่างลูกผู้ชาย
ย่อมไม่เดือดร้อนในภายหลัง.

บรรดาบทเหล่านั้น บทว่า อณโน ความว่า ดูก่อน
เทวดา บุคคลเมื่อกระทำความเพียร แม้จะตายก็ย่อมไม่เป็นหนี้ คือไม่
ถูกติเตียนในระหว่างญาติทั้งหลาย เทวดาทั้งหลาย และพรหมทั้งหลาย.

อณโน

23

Upon these remarks, the Great Being told Mani Mekhala : "What are you saying? We are persevering, so that though we may perish, we shall be free from any blame or criticism." Having said that, he intoned this stanza :

Any individual who practises perseverance, even in the face of death, will not be in any debt to relatives or gods or father or mother. Furthermore, any individual who does his duty like a man, will enjoy Ultimate Peace in the future.

Among these words, the word **aṇano** means : Hark, ô Goddess, any individual who practises perseverance, even in the face of death, will not be in debt, i.e. will neither be blamed nor criticized by any relative or any god of any level.

अणनो

๒๔

ลำดับนั้น เทวดากล่าวคาถากะพระมหาสัตว์ว่า :

การงานอันใด ยังไม่ถึงที่สุดด้วยความพยายาม การงานอันนั้นก็ไร้ผล มีความลำบากเกิดขึ้น. การทำความพยายามในฐานะอันไม่สมควรใด จนความตายปรากฏขึ้น ความพยายามในฐานะอันไม่สมควรนั้น จะมีประโยชน์อะไร.

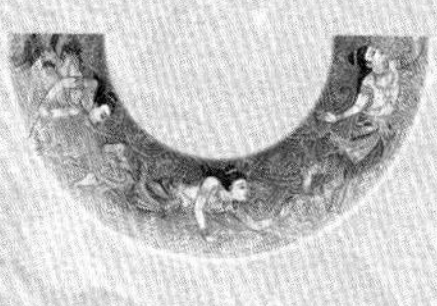

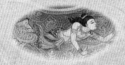

บรรดาบทเหล่านั้น บทว่า อปารเณยฺยํ ความว่า ยังไม่มีที่สุดด้วยความพยายาม. บทว่า มจฺจุ ยสฺสาภินิปฺผตํ ความว่า การทำความพยายามในฐานะอันไม่สมควรใด จนมัจจุคือความตายนั้นแลปรากฏขึ้น ความพยายามในฐานะอันไม่สมควรนั้น จะมีประโยชน์อะไร.

अपारणेय्यं

मच्चु यस्साभिनिप्फतं

24

At this point, the goddess addressed the Great Being with this stanza :

Any enterprise that is not achieved through perseverance, is fruitless; obstacles will occur. When any enterprise undertaken with such misdirected effort results in Death showing his face, what is the use of such enterprise and misdirected effort?

Among these words, the word **apāraṇeyyaṃ** means : not yet achieved through perseverance. The words **maccu yassābhinipphataṃ** mean : to persevere in any wrong way resulting in Macchu, i.e. the Grim Reaper, i.e. Death, showing his face; what is the use of such action?

अपारणेय्यं

मच्चु यस्साभिनिप्फतं

๒๕

เมื่อนางมณีเมขลากล่าวอย่างนี้แล้ว   พระมหาสัตว์เมื่อจะทำ
นางมณีเมขลาให้จำนนต่อถ้อยคำ จึงได้ตรัสคาถาต่อไปว่า :

ดูก่อนเทวดา   ผู้ใดรู้แจ้งว่าการงานที่ทำ
จะไม่ลุล่วงไปได้จริง ๆ   ชื่อว่าไม่รักษาชีวิตของตน
ถ้าผู้นั้นละความเพียรในฐานะเช่นนั้นเสีย   ก็จะพึง
รู้ผลแห่งความเกียจคร้าน.   ดูก่อนเทวดา   คน
บางพวกในโลกนี้เห็นผลแห่งความประสงค์ของตน
จึงประกอบการงานทั้งหลาย   การงานเหล่านั้นจะ
สำเร็จหรือไม่ก็ตาม.   ดูก่อนเทวดา
ท่านก็เห็นผลแห่งกรรมประจักษ์แก่
ตนแล้วมิใช่หรือ   คนอื่น ๆ จมใน
มหาสมุทรหมด   เราคนเดียวยังว่าย
ข้ามอยู่   และได้เห็น ท่าน มาสถิตอยู่ใกล้ ๆ เรา
เรานั้นจักพยายามตามสติกำลัง   จักทำความเพียร
ที่บุรุษควรทำ ไปให้ถึงฝั่งแห่งมหาสมุทร.

บรรดาบทเหล่านั้น บทว่า อจฺจนฺตํ ความว่า ผู้ใดรู้แจ้งการงาน นี้ว่า แม้ทำความเพียร ก็ไม่อาจให้สำเร็จได้ ไม่ลุล่วงไปได้จริง ๆ ทีเดียว ดังนี้ ไม่นำช้างดุร้ายและช้างตกมัน เป็นต้น ออกไปเสีย ชื่อว่าไม่รักษาชีวิตของตน. บทว่า ชญฺญา โส ยทิ หาปเย ความว่า ถ้าผู้นั้นละความเพียรในฐานะเช่นนั้นเสีย ก็พึงรู้ผลแห่งความเกียจคร้านนั้น. คำที่ท่านกล่าวนั้น ๆ ไร้ประโยชน์ พระมหาสัตว์ทรงชี้แจงดังนี้. ก็บทที่เขียนไว้ในบาลีว่า ชญฺญา โส ยทิ หาปเย นั้น ไม่มีในอรรถกถา. บทว่า อธิปฺปายผลํ ความว่า คนบางพวกเห็นผลแห่งความประสงค์ของตน ประกอบการงานมีกสิกรรมและพาณิชยกรรมเป็นต้น. บทว่า ตานิ อิชฺฌนฺติ วา น วา ความว่า พระมหาสัตว์ทรงแสดงความว่า เมื่อบุคคลกระทำความเพียรทางกายและความเพียรทางใจว่า เราจักไปในที่นี้ จักเรียนสิ่งนี้ การงานเหล่านั้นย่อมสำเร็จทีเดียว เพราะฉะนั้น จึงควรทำ

अच्चन्तं

जञ्ञा सो यदि हापये

जञ्ञा सो यदि हापये

अधिप्पायफलं

तानि इज्झन्ति वा न वा

ความเพียรแท้. บทว่า สนฺนา อญฺเญ ตรามหํ ความว่า คนอื่นๆ จม คือจมลงในมหาสมุทร คือเมื่อไม่ทำความเพียร ก็เป็นภักษาแห่งปลาและเต่ากันหมด แต่เราคนเดียวเท่านั้นยังว่ายข้ามอยู่. บทว่า ตญฺจ ปสฺสามิ สนฺติเก ความว่า ท่านจงดูผลแห่งความเพียรของเราแม้นี้ เราไม่เคยเห็นเทวดาโดยอัตภาพนี้เลย เรานั้นก็ได้เห็นท่านมาสถิตอยู่ใกล้ๆ เรา

โดยอัตภาพทิพย์นี้. บทว่า ยถาสติ ยถาพลํ ความว่า สมควรแก่สติและกำลังของตน. บทว่า กาสํ แปลว่า จักกระทำ.

सन्ना अञ्ञे तरामहं

तञ्च पस्सामि सन्तिके

यथासति यथाबलं

कासं

25

After Mani Mekhala had spoken in this manner, the Great Being, in order to convince the goddess completely, intoned the next stanza, thus :

Hark, ô Goddess! Anyone who knows for sure that his activities will not meet with success, can be deemed to be doomed; if that one desists from perseverance in that way, he will surely receive the consequence of his indolence. Hark, ô Goddess! Some people in this world strive to get results for their endeavours even if they don't succeed. Hark, ô Goddess! You do see clearly the results of actions, don't you? All the others have drowned in the ocean; we alone, are still swimming and have seen you hovering near us. As for us, we are going to endeavour further to the utmost of our ability; we are going to strive like a man should to reach the shores of the ocean.

Among these words, the word **accantaṃ** means : Whoever, knowing clearly that, in spite of all perseverance, cannot achieve success in his activities, will not really be able to complete his work; and thus, if he does not get rid of the fierce elephant and the elephant in the rut (meaning the dangerous situation that opposes him), he will not be able to survive. The words **jaññā so yadi hāpaye** mean : if that one desists from perseverance in that situation, he will surely meet the consequence of his indolence. To the assertion that his efforts were fruitless, the Great Being answered thus. The words **jaññā so yadi hāpaye** written in the Pali Text are not included in the Commentaries. The word **adhippāyaphalaṃ** means : some people aim at a goal, so they apply themselves to an occupation, such as agriculture and trade. The words **tāni ijjhanti vā na vā** mean : the Great Being expresses his opinion that, when anyone practises perseverance physically or morally, with the aim that we want to go there, we want to learn this or that, these actions are

अच्चन्तं

जञ्ञा सो यदि हापये

जञ्ञा सो यदि हापये

अधिप्पायफलं

तानि इज्झन्ति वा न वा

sure to be crowned with success; it follows that the practice of pure perseverance is an absolute necessity. The words **sannā aññe tarāmahaṃ** mean : the others sank, i.e. drowned in the ocean, because they did not persevere, so they all became food for fish and turtles; but we alone are still swimming the waves. The words **tañca passāmi santike** mean : pray behold the result of perseverance; thus, we have never seen a god in physical form, but we now see you hovering near us in this magical sight. The words **yathāsati yathābalaṃ** mean : according to one's intelligence and strength. The word **kāsaṃ** means : should do.

सन्ना अञ्ञे तरामहं

तञ्च पस्सामि सन्तिके

यथासति यथाबलं

कासं

93

๙๓

๒๖

เทวดาได้สดับพระวาจาอันมั่นคงของพระมหาสัตว์นั้น เมื่อจะสรรเสริญพระมหาสัตว์ จึงกล่าวคาถาว่า :

ท่านใดถึงพร้อมด้วยความพยายาม
โดยธรรม ไม่จมลงในห้วงมหรรณพ
ซึ่งประมาณมิได้ เห็นปานนี้ ด้วยกิจ
คือความเพียรของบุรุษ ท่านนั้น
จงไปในสถานที่ ที่ใจของท่านยินดีนั้น
เถิด.

บรรดาบทเหล่านั้น บทว่า เอวํ คเต ความว่า ในห้วงน้ำซึ่งประมาณมิได้ เห็นปานนี้ คือในมหาสมุทรทั้งลึกทั้งกว้าง. บทว่า ธมฺมวายามสมฺปนฺโน ความว่า ประกอบด้วยความพยายามอันชอบธรรม. บทว่า กมฺมุนา นาวสีทสิ ความว่า ท่านไม่จมลงด้วยกิจคือความเพียรของบุรุษของตน. บทว่า ยตฺถ เต ความว่า ใจของท่านยินดีในสถานที่ใด ท่านจงไปในสถานที่นั้นเถิด.

एवं गते
धम्मवायामसम्पन्नो
कम्मुना नावसीदसि
यत्थ ते

26

*H*aving listened to the Great Being's convincing oration and to praise the Great Being, the goddess intoned the stanza :

> *Anyone who is so full of righteous patience will never founder in the vast ocean that has no bounds. With this manly perseverance, you will be able to go wherever you wish.*

Among these words, the words **evaṃ gate** mean : in this expanse of water that is immeasurable, i.e. in the ocean that is so deep and so vast. The word **dhammavāyāmasampanno** means : with righteous perseverance. The words **kammunā nāvasīdasi** mean : you did not drown, thanks to your effort, i.e. your own manly perseverance. The word **yattha te** means : wherever your heart desires to go, there shall you go.

एवं गते

धम्मवायामसम्पन्नो

कम्मुना नावसीदसि

यत्थ ते

๒๗

ที่แล ครั้นกล่าวอย่างนี้แล้ว นางมณีเมขลาได้ถามว่า : “ข้าแต่ท่านบัณฑิตผู้มีความบากบั่นมาก ข้าพเจ้าจักนำท่านไปที่ไหน.” เมื่อพระมหาสัตว์ตรัสว่า : “มิถิลานคร” นางจึงอุ้มพระมหาสัตว์ขึ้นดุจคนยกกำดอกไม้ ใช้แขนทั้งสองประคองให้นอนแนบทรวง พาเหาะไปในอากาศ เหมือนคนอุ้มลูกรักฉะนั้น. พร้อมกันนั้น เทวดาก็ได้กล่าวอดิเรกคาถาว่า :

ข้าแต่บัณฑิต วาจาอันมีปาฏิหาริย์มิบังควรหายไปในอากาศ. ท่านต้องให้สาธุชนได้รับพรแห่งโพธิญาณจากโอษฐ์ของท่าน. ถึงกาลอันสมควร ท่านจงตั้งสถาบันการศึกษาให้ชื่อว่าโพธิยาลัยมหาวิชชาลัย. ในกาลนั้นท่านจึงจะสำเร็จกิจที่แท้.

คำว่า โพธิยาลัย หมายความ ที่อาศัยแห่งแสงสว่าง. คำว่ามหาวิชฺชาลย หมายความ ที่อาศัยแห่งความรู้อันยิ่งใหญ่.

พระมหาสัตว์มีสรีระเศร้าหมองด้วยน้ำเค็มตลอดเจ็ดวัน ได้สัมผัสทิพยผัสสะ ก็บรรทมหลับ. ลำดับนั้น นางมณีเมขลานำพระมหาสัตว์ถึง มิถิลานคร. ให้บรรทมโดยเบื้องขวาบนแผ่นศิลาอันเป็นมงคลในสวนมะม่วง มอบให้หมู่เทพเจ้าในสวนคอยอารักขาพระมหาสัตว์แล้วไปสู่ที่อยู่ของตน.

बोधियालय
महाविज्जालय

27

After these words, Mani Mekhala asked : "Ô Wise One, who has such determination, where could I take you?" When the Great Being said : "Mithila Nagara", she picked up the Great Being as lightly as one would pick a bunch of flowers. She cradled him to her breast with her arms like one would one's dear child, flying up in the air. As she did so she intoned an additional stanza :

Ô Wise One, thy meaningful words should not be lost in this wide empty expanse. Thou shouldst share with others the boon of enlightened wisdom that come from thy lips. When the time comes, thou shouldst establish an institute of high learning, called The Bodhiyalaya Great Wisdom Centre. Only on that day, wilst thou have fulfilled thy mission.

The word **bodhiyālaya** means the abode of enlightenment. The word **mahāvijjālaya** means the abode of the great knowledge.

बोधियालय

महाविज्जालय

The Great Being was exhausted after seven days in the briny water. At the magic touch, he soon fell asleep. Then Mani Mekhala brought the Great Being to Mithila Nagara. She laid him down to sleep on his right side on a Propitious Stone slab in the Mango Grove. She delegated the duties of guarding the Great Being to local spirits in the Grove and she left for her own abode.

๒๘

ในกาลนั้น พระเจ้าโปลชนกราชไม่มีพระโอรส มีแต่พระธิดา องค์หนึ่ง พระนามว่า สีวลีเทวี เป็นหญิงฉลาดเฉียบแหลม. อมาตย์ทั้งหลายได้ทูลถาม พระเจ้าโปลชนกราช เมื่อบรรทมอยู่บนพระแท่น มรณมัญจอาสน์ว่า : "ข้าแต่พระมหาราช เมื่อพระองค์เสด็จสวรรคตแล้ว เหล่าข้าพระบาท จักถวายราชสมบัติแก่ใคร." พระราชาตรัสว่า : " ท่านทั้งหลายจงมอบ ราชสมบัติให้แก่ท่านที่สามารถยัง สีวลีเทวี ธิดาของเรา ให้ยินดี หรือ ผู้ใด รู้หัวนอน แห่งบัลลังก์สี่เหลี่ยม หรือผู้ใด อาจยก สหัสสถามธนู ขึ้นได้ หรือผู้ใด อาจนำขุมทรัพย์ใหญ่ สิบหกแห่งออก มาได้ ท่านทั้งหลาย จงมอบราชสมบัติให้ แก่ผู้นั้น." อมาตย์ทั้งหลาย กราบทูล ว่า : "ขอเดชะ ขอพระองค์ โปรดตรัส อุทานปัญหาแห่งขุมทรัพย์เหล่านั้น แก่พวกข้าพระองค์." พระราชาจึง ตรัสอุทานปัญหาของสิ่งอื่น ๆ พร้อมกับขุมทรัพย์ทั้งหลายไว้ว่า :

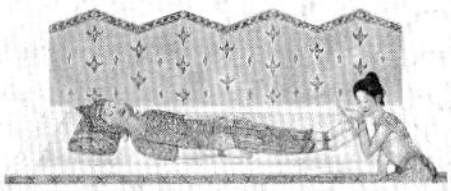

ขุมทรัพย์ ใหญ่สิบหกขุมเหล่านี้ คือ ขุมทรัพย์ที่ ดวงอาทิตย์ขึ้น ขุมทรัพย์ที่ดวงอาทิตย์ตก ขุมทรัพย์ภายใน ขุมทรัพย์ภายนอก ขุมทรัพย์ไม่ใช่ภายในไม่ใช่ภายนอก ขุมทรัพย์ขาขึ้น ขุมทรัพย์ขาลง ขุมทรัพย์ที่ไม้รังใหญ่ทั้งสี่ ขุมทรัพย์ในที่โยชน์หนึ่งโดย รอบ ขุมทรัพย์ใหญ่ที่ปลายงาทั้งสอง ขุมทรัพย์ที่ปลายขนหาง ขุมทรัพย์ที่น้ำ ขุมทรัพย์ที่ยอดไม้ และ ธนูหนักพันแรงคนยก บัลลังก์สี่เหลี่ยม หัวนอนอยู่เหลี่ยมไหน และยัง สีวลีราชเทวีให้ยินดี.

28

King Polajanaka had no 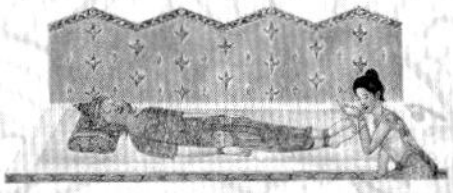 son; he had only one daughter, called **Sivali Devi** who was an intelligent and astute girl. The courtiers asked King Polajanaka, as he was lying on his death bed : "Your Majesty, after your demise, whom shall all of us entrust the throne to?" The King answered : "All of you should entrust the throne to the one who would be able to please Sivali Devi our 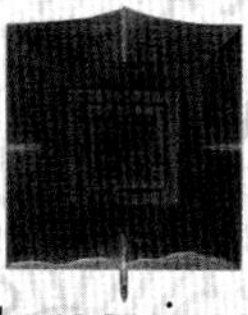 daughter, or to the one who would be able to tell which side is the head of the Square Throne, or to the one who would be able to string the Bow that requires the strength of a thousand men, or the one who would be able to discover the Sixteen Great Treasures. All of you will entrust the throne to that one." All the courtiers said : "Your Majesty, pray speak out the riddle of those treasures to all of us." The King then spoke out the riddles about various things, and of all the treasures, thus :

These Sixteen Great Treasures are : the Treasure of the Rising Sun, the Treasure of the Setting Sun, the Treasure Inside, the Treasure Outside, the Treasure which is Neither Inside Nor Outside, the Treasure Going Up, the Treasure Going Down, the Treasure at the Four Banyan Trees, the Treasure enclosed by the Circle One League Long, the Great Treasure at the End of the Pair of Tusks, the Treasure at the End of the Tail's Hair, the Treasure in the Water, the Treasure at the Top of the Tree and the Bow which needs a Thousand Men to String. Which side is the Head of the Square Throne and to please Sivali Rajadevi.

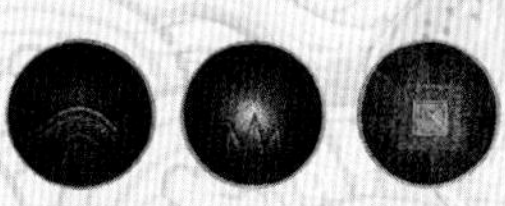

๒๙

เมื่อพระเจ้าโปลชนกราชสวรรคต ถวายพระเพลิงพระบรม
ศพเสร็จแล้ว อมาตย์ทั้งหลายได้ประชุมปรึกษากันในวันที่เจ็ด
ถึงเรื่องที่พระราชาตรัสไว้ว่า ให้มอบราชสมบัติแก่ท่านที่สามารถให้
พระราชธิดานั้นยินดี. (เสนาบดีได้รับโอกาสเป็นคนแรก เสนาบดีไม่
สามารถให้พระราชธิดายินดี กลับได้รับความอับอายขายหน้า. คนอื่นๆ
ก็มีความเป็นเช่นเดียวกัน. ต่อไปก็ไม่มีใครสามารถยกสหัสสถามธนูได้.
ไม่มีใครรู้จักหัวนอนแห่งบัลลังก์สี่เหลี่ยม. ไม่มีใครสามารถนำขุมทรัพย์
สิบหกแห่งออกมาได้.)

ปุโรหิตกล่าวว่าควรจะปล่อยผุสสรถ (ราชรถ) เพราะพระราชาที่
เชิญเสด็จมาได้ด้วยผุสสรถ เป็นผู้สามารถจะครองราชสมบัติในชมพู
ทวีปทั้งสิ้น. ราชรถแล่นไปสู่อุทยาน ทำประทักษิณแผ่นศิลามงคล
แล้วไปหยุดใกล้ที่พระมหาสัตว์บรรทมอยู่. ชนทั้งหลายมีอมาตย์และ
ปุโรหิตเป็นต้น ก็ถวายอภิเษกพระมหาสัตว์ ณ สถานที่นั้นเอง.
ต่อมา พระมหาสัตว์สามารถไขอุทานปัญหาของพระโปลชนกราชทั้ง
สี่ข้อ. แล้วตรัสถามว่า ปัญหาอื่นอะไรยังมีอีกหรือไม่ อมาตย์
ทั้งหลายกราบทูลว่าไม่มีแล้ว พระเจ้าข้า. มหาชน
ต่างร่าเริง แล้วยินดี แล้วว่า โอ อัศจรรย์ พระราชา
องค์นี้เป็นบัณฑิตจริง ๆ.

29

Then King Polajanaka passed away to heaven. His body was cremated. After that, on the seventh day, all the courtiers had a meeting to consult about the King's wishes to entrust the throne to the one who would please the royal daughter. (They gave the Chief Minister the first chance. He did not succeed and he came back humiliated. Others fared no better. Later, nobody was successful in the attempt to string the Thousandfold Bow. Nobody was able to tell which side was the Head of the Square Throne. And nobody was able to discover the Sixteen Treasures.) The Privy Councillor said:

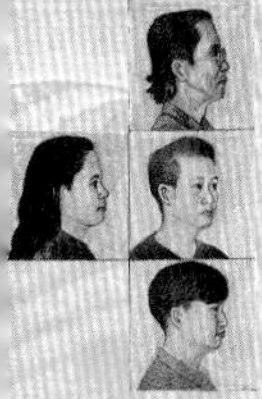

"We should use the Grand Chariot. Because the King who comes riding on the Grand Chariot will be able to reign over the whole of Jambudipa." The Grand Chariot went to the Mango Grove, did a dexterambulation around the Propitious Stone and stopped near the Great Being. All the people, the courtiers and the Privy Councillor included, hailed and crowned the Great Being on that spot. Later the Great Being was able to solve King Polajanaka's four riddles; then asked if there were any other riddles; the courtiers said there were none. All the people were overjoyed and elated; they said: "Oh, what a wonderment! This King is a real genius!"

บรรดาบทเหล่านั้น.... บทว่า อจินฺติตมฺปิ ความว่า แม้สิ่งที่สัตว์เหล่านี้มิได้คิดไว้ ก็ย่อมมีได้. บทว่า **จินฺติตมฺปิ วินสฺสติ** ความว่า ก็เรื่องที่ว่า เราจะครองราชสมบัติโดยไม่ต้องรบเลยนี้ เรามิได้คิดไว้. เรื่องที่ว่า เราจักขนทรัพย์แต่สุวรรณภูมิมารบ แล้วครองราชสมบัตินี้ เราคิดไว้. แต่ทั้งสองเรื่องนั้น บัดนี้ เรื่องที่เราคิดไว้ หายไปแล้ว เรื่องที่เรามิได้คิดเกิดขึ้นแล้ว. บทว่า **น หิ จินฺตมยา โภคา** ความว่า ด้วยว่าโภคะของสัตว์ทั้งหลายชื่อว่าสำเร็จด้วย ความคิดมิได้ เพราะมิได้สำเร็จด้วยความคิด ฉะนั้น ควรทำความเพียรทีเดียวเพราะสิ่งที่มิได้คิดไว้ ย่อมมีแก่ผู้มีความเพียร.

अचिन्तितम्पि

चिन्तितम्पि विनस्सति

न हि चिन्तमया भोगा

๓๐

ต่อมาพระราชาโปรดให้เชิญพระมารดาและพราหมณ์มาแต่
กาลจัมปากนคร. ทรงทำสักการะสมโภชเป็นการใหญ่.
มหาชนชาววิเทหรัฐทั้งสิ้นเอิกเกริกกัน เฉลิมฉลองด้วยมหกรรมดนตรี.
พระมหาสัตว์ประทับ ณ พระราชอาสน์ ทอดพระเนตรอยู่ ก็ทรง
อนุสรณ์ถึงความพยายามที่พระองค์ได้ทรงทำในมหาสมุทร เมื่อท้าวเธอ
ทรงอนุสรณ์ถึงความพยายามเช่นนั้นแล้ว จึงทรงมนสิการว่า ชื่อว่า
ความเพียร ควรทำแท้ ถ้าเราไม่ได้ทำความเพียรในมหาสมุทร เรา
จักไม่ได้สมบัตินี้ เมื่อทรงอนุสรณ์ถึงความเพียรนั้น ก็เกิดปีติโสมนัส
ซาบซ่าน จึงทรงเปล่งพระอุทานด้วย
กำลังพระปีติ ตรัสว่า :

> ....สิ่งที่มิได้คิดไว้ จะมีก็ได้ สิ่งที่คิดไว้
> จะพินาศไปก็ได้ โภคะทั้งหลายของหญิงก็ตาม
> ของชายก็ตาม มิได้สำเร็จด้วยเพียงคิดเท่านั้น.

30

Subsequently, the King ordered that his Mother and the Brahmin be invited to come from Kalachampaka Nagara. He organized a grand ceremony to pay his respects to them. All the people in the state of Videha were very excited and celebrated with a musical festival. As the Great Being, seated on his throne, was attending the function, he recalled his efforts in the ocean. When he did so, he reflected that perseverance is an essential thing : had we not persevered in the ocean, we would not be on this throne. As he was musing about perseverance, he felt elated and so imbued with happiness that he exclaimed :

> ....Things that we do not plan may well happen. Things that we do plan may well meet with disaster. Wealth will not come to anybody by just dreaming about it.

Among these  words....The word **acintitampi** means: even the things that these beings have not thought of, may well exist. The words **cintitampi vinassati** mean: the fact that we have come to this throne without any blood-letting, we never have thought about it before. The fact that we intended to amass a fortune from Suvarnabhumi in order to gain this throne, is what we actually planned. In these two instances, things we planned did not happen and things we did not plan have happened. The words **na hi cintamayā bhogā** mean: the wealth of all the worldly beings cannot be said to happen only just by thinking about it because wealth is not amassed by wishful thinking. Therefore one assuredly should practise perseverance, for good things that were not expected will come to those who persevere.

अचिन्तितम्पि

चिन्तितम्पि विनस्सति

न हि चिन्तमया भोगा

๓๑

ตั้งแต่นั้นมา พระมหาสัตว์ทรงบำเพ็ญทศพิธราชธรรม ครองราช
สมบัติโดยธรรม ทรงบำรุงพระปัจเจกพุทธเจ้าทั้งหลาย. กาล
ต่อมา พระนางสีวลีเทวีประสูติพระราชโอรส ซึ่งสมบูรณ์ด้วยลักษณะ
แห่งความมั่งคั่งและความมีบุญ พระชนกและพระชนนี พระราชทาน
พระนาม ว่า ทีฆาวุราชกุมาร. เมื่อทีฆาวุราชกุมาร
ทรงเจริญวัย พระราชทานอุปราชาภิเษก แล้ว
ทรงครองราชสมบัติอยู่เจ็ดพันปี.

31

From that time on, the Great Being
practised the Ten Rules of Kingship.
He reigned with righteousness. He supported all the hermit
buddhas. Later, Queen Sivali Devi gave birth to a royal son
who fulfilled all the characteristics of wealth and luck. The
royal parents gave him the name of **Dighavurajakumara**.
When Dighavurajakumara reached the appropriate age, the King
invested him as Viceroy. And the King reigned for seven
thousand years.

๓๒

วันหนึ่งเมื่อนายอุทยานบาล นำผลไม้น้อยใหญ่ ต่างๆ และดอกไม้ต่างๆ มา ถวาย พระมหาชนก ทอดพระเนตรเห็นของเหล่านั้น ทรง ยินดี ทรงยกย่อง นายอุทยานบาลนั้น ตรัสว่า : "ดูก่อนนายอุทยานบาล เราใคร่จะเห็น อุทยาน ท่านจงตกแต่งไว้." นายอุทยานบาลรับพระราชดำรัสแล้ว ทำตามรับสั่ง แล้ว กราบบังคมทูลให้ทรงทราบ. พระ มหาสัตว์ประทับบน คอช้าง เสด็จออกจากพระนคร ด้วยราชบริพารเป็น อันมาก ถึงประตูพระราชอุทยาน.

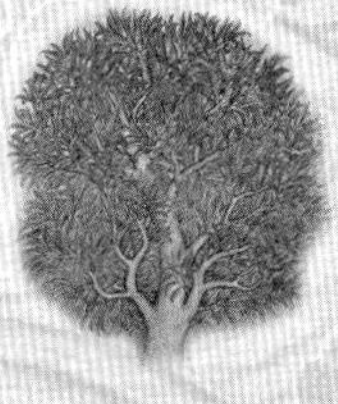

ที่ใกล้ประตูพระราชอุทยานนั้น มีต้นมะม่วงสองต้น มีใบ
เขียวชอุ่ม. ต้นหนึ่งไม่มีผล ต้นหนึ่งมีผล. ผลนั้นมี
รสหวานเหลือเกิน. ใคร ๆ ไม่อาจเก็บผลจากต้นนั้น เพราะผลซึ่งมี
รสเลิศอันพระราชายังมิได้เสวย. พระมหาสัตว์ประทับบนคอช้างทรง
เก็บเอาผลหนึ่งเสวย. ผลมะม่วงนั้นพอตั้งอยู่ที่ปลาย
พระชิวหาของพระมหาสัตว์ ปรากฏดุจโอชารสทิพย์.
พระมหาสัตว์ทรงคิดว่า : "เราจักกินให้  
มากเวลากลับ" แล้วเสด็จเข้าสู่พระราช
อุทยาน.

121   ๑๒๑

32

One day, the Chief Park Tender brought to the King many different kinds of fruit of many sizes and various kinds of flowers. Seeing all these, King Mahajanaka was very happy; he congratulated the Park Tender and said: "Look here, Chief Park Tender, we wish to see the Royal Park; go and prepare it." The Chief Park Tender acknowledged the royal wish, took action accordingly and informed the King. The Great Being, riding on the neck of the royal elephant, left the city with a long retinue and arrived at the Park. Near the gate, there were two mango trees with resplendent green foliage. One of these had no fruit; the other had many. The fruit was extremely sweet. Nobody could pick the fruit from that tree because the King had not yet eaten the tasty fruit. Seated on the neck of the elephant, the Great Being picked one fruit and tasted it. As it touched the tip of the Great Being's tongue the fruit seemed like nectar. The Great Being thought: "We shall eat our fill on the way back," and entered the Royal Park.

๓๓

ชนอื่นๆ มีอุปราชเป็นต้นจนถึงคน รักษาช้าง รักษาม้า รู้ว่าพระราชาเสวยผลมีรส เลิศแล้ว ก็เก็บเอาผลมากินกัน. ฝ่ายคนเหล่าอื่นยังไม่ได้ผลนั้น ก็ทำลายกิ่งด้วยท่อนไม้ ทำเสียไม่มีใบ ต้นก็หักโค่นลง. มะม่วงอีกต้นหนึ่งตั้งอยู่งดงาม ดุจภูเขามีพรรณดังแก้วมณี. พระราชาเสด็จออกจากพระราชอุทยาน ทอดพระเนตรเห็นดังนั้นจึงตรัสถามเหล่าอมาตย์ว่า : “นี่อะไรกัน.” เหล่าอมาตย์กราบทูลว่า : “มหาชนทราบว่าพระองค์เสวยผลรสเลิศแล้ว ต่างก็แย่งกันกินผลมะม่วงนั้น.”

พระราชาตรัสถามว่า : “ใบและวรรณะของต้นนี้สิ้นไปแล้ว ใบและวรรณะของต้นนอกนี้ยังไม่สิ้นไป เพราะเหตุไร.” อมาตย์ทั้งหลายกราบทูลว่า : “ใบและวรรณะของอีกต้นหนึ่งไม่สิ้นไป เพราะไม่มีผล.” พระราชาสดับดังนั้น ได้ความสังเวช. ทรงดำริว่า : “ต้นนี้มีวรรณะ

สดเขียวตั้งอยู่แล้ว เพราะไม่มีผล แต่ต้นนี้ถูกหักโค่นลงเพราะมีผล. แม้ราชสมบัตินี้ก็เช่นกับต้นไม้มีผล บรรพชาเช่นกับต้นไม้หาผลมิได้. ภัยย่อมมีแก่ผู้มีความกังวลย่อมไม่มีแก่ผู้ไม่มีความกังวล. ก็เราจักไม่เป็นเหมือนต้นไม้มีผล จักเป็นเหมือนต้นไม้หาผลมิได้.”

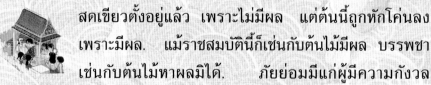

33

The others, from the Viceroy to the elephant mahouts and the horse handlers, seeing that the King had already eaten the tasty fruit, all picked some and had their fill. Still others who came in later, used sticks to break down branches; the tree was denuded of leaves; the tree was uprooted. The other mango tree still stood majestically as a mountain glistening like a gem. The King came out of the Royal Park; seeing this spectacle, he asked the courtiers : "What is all this?" The courtiers said : "The people, knowing that Your Majesty had already eaten the succulent fruit, fought among themselves to get a bite of that mango fruit." The King asked: "The foliage and the resplendence of this tree are all gone, but the foliage and the resplendence of that yon tree are still intact. How is it so?" All the courtiers said : "The foliage and the resplendence of the other tree are not all gone because it bears no fruit." The King, on hearing thus, felt very sad. He mused : "That tree is still beautifully green, because it has no fruit, but this tree has been cut down and uprooted because it bore fruits. This throne is like the tree with fruits; peaceful retirement is like the tree without fruits. Danger lurks around the one with worries and does not menace the one without worries. We will not be like the tree with fruits; we will be like the one without fruit."

128

๑๒๘

๓๔

พระราชาเสด็จสู่พระนคร เสด็จขึ้นปราสาท. ประทับที่พระทวาร
ปราสาท ทรงมนสิการถึงวาจาของนางมณีเมขลา ในกาลที่
นางอุ้มพระมหาสัตว์ขึ้นจากมหาสมุทร. พระราชาทรงจดจำคำพูดของ
เทวดาไม่ได้ทุกถ้อยคำ เพราะพระสรีระเศร้าหมองด้วยน้ำเค็มตลอด
เจ็ดวัน. แต่ทรงทราบว่า เทวดากล่าวชี้ว่าพระองค์จะ
ยังเข้ามรรคาแห่งความสุข ไม่ได้ หากไม่กล่าวธรรมให้
สาธุชนได้สดับ. นางมณี เมขลาให้พระองค์ตั้งสถาบัน
การศึกษา ให้ชื่อว่า ปูทะเลย์มหาวิชชาลัย. แม้ในกาลนั้นก็จะสำเร็จกิจ
และได้มรรคาแห่งบรมสุข. พระมหาสัตว์ทรงดำริว่า : "ทุกบุคคล
จะเป็นพ่อค้าวาณิช เกษตรกร กษัตริย์ หรือสมณะ ต้องทำหน้าที่
ทั้งนั้น. อย่างไรก็ตาม ก่อนอื่นเราต้องหาทางฟื้นฟูต้นมะม่วงที่มีผล."
บัดนั้นจึงให้เรียกเสนาบดีมา ตรัสสั่งว่า : "จงไปเชิญอุทิจจพราหมณ์
มหาศาลให้มาพร้อมด้วยลูกศิษย์สองสามคน."

34

The King returned to the city and went to the palace. At the door of the palace, he paused for an instant and thought about what the Goddess Mani Mekhala had told him at the moment she picked him up from the sea. The King could not remember the exact words, for he was exhausted and drowsy from the seven-day swimming in the briny water, but he knew that she had said he would not find the path to absolute happiness without sharing the wisdom he had found in the ocean. Mani Mekhala had told him to establish an institute of high learning called the Pudalay Mahavijjalaya. Once he had fulfilled this mission, he could find the path to peaceful retirement. The Great Being thought: "Each one, may he be a trader, a farmer, a king, or a priest, has his duty to do. Anyway, before anything else, we have to find a way to revive the fruitful mango tree." So he summoned the chief minister and told him: "Go and invite the Brahmin to come here, together with a couple of his disciples."

SHOW
รับแจ้งเหตุ

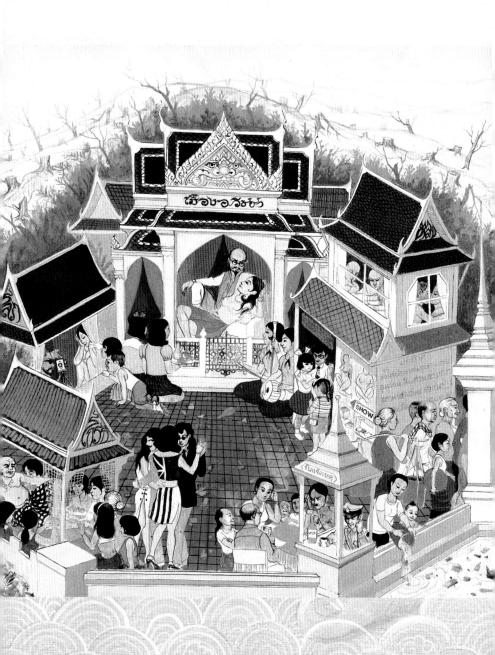

๓๕

อุทิจจพราหมณ์มหาศาลรีบมาเฝ้าพระราชา พร้อมด้วย
ลูกศิษย์สองคน คือ จารุเตโชพราหมณ์และคเชนทรสิงหบัณฑิต.
สองคนนี้ คนแรกชำนาญการปลูก คนที่สองชำนาญการถอน. ทันใด
ที่มาถึง คเชนทรสิงหบัณฑิตก็ทรุดลงแทบพระบาทของพระราชาแล้วทูลว่า :
"ข้าพระองค์ผิดไปเอง เมื่อเหล่าอมาตย์ขอให้ข้าพระองค์ช่วยเก็บมะม่วง
ถวายพระอุปราช ข้าพระบาทจึงนำเอา 'ยันตกลเก็บเกี่ยว' มาใช้ มิได้คิดว่า
จะทำให้ต้นมะม่วงถอนรากโค่นลงมา พระพุทธเจ้าข้าขอรับ." พระราชา
ตรัสว่า : "อย่าโทมนัสไปเลย อาจารย์ผู้ดำริการ ต้นมะม่วงโค่นไป
แล้ว ณ บัดนี้ปัญหาคือ ฟื้นฟูต้นมะม่วงได้อย่างไร. เรามีวิธีเก้า
อย่างที่อาจใช้ได้. หนึ่ง เพาะเม็ดมะม่วง. สอง ถนอมรากที่ยัง
มีอยู่ให้งอกใหม่. สาม ปักชำกิ่งที่เหมาะแก่การปักชำ. สี่ เอากิ่งดีมา
เสียบยอดกิ่งของต้นที่ไม่มีผลให้มีผล. ห้า เอาตามาต่อกิ่งของอีกต้น.
หก เอากิ่งมา ทาบกิ่ง. เจ็ด ตอนกิ่งให้ออกราก. แปด
รมควันต้นที่ ไม่มีผลให้ออกผล. เก้า ทำ 'ชีวาณูสงเคราะห์'.
ท่านพราหมณ์ มหาศาล จงให้พราหมณ์อันเตวาสิกไปพิจารณา."
อุทิจจพราหมณ์ รับสนองพระราชโองการ ว่า : "ข้าพระองค์ 
ผู้ทรงปัญญา จะให้คเชนทรสิงหบัณฑิตนำเครื่อง 'ยันตกล' ไปยกต้นมะม่วง
ให้ตั้งตรงทันที และจะให้จารุเตโชพราหมณ์เก็บเม็ดและกิ่ง ไปดำเนินการ
ตามพระราชดำริ." พระราชาโปรดให้สองคนนั้นรีบไป แต่ขอให้พราหมณ์
มหาศาลคอยรับพระราชดำริต่อไป.

35

Udicchabrahmana Mahasala promptly came, along with two disciples, Charutejobrahmana and Gajendra Singha Pandit. Of these two, the first mentioned was an expert in planting, the second one an expert in uprooting. The moment they arrived, Gajendra Singha Pandit threw himself at the feet of the King and said: "Your humble servant is at fault; when the courtiers asked me to pick mangoes for the Viceroy, I used my new automatic fruit harvester, unwitting that it would uproot the mango tree. Your Majesty!" The King said: "Do not despair, my good inventive man. The mango tree is down already. Now the problem is: how to restore the mango tree to its former state. We have nine methods for this; some of these could be usable. First: culturing the seeds; second: nursing the roots so they grow again; third: culturing (cutting) the branches; fourth: grafting on the other tree; fifth: bud-grafting on the other tree; sixth: splicing (approach grafting) the branches; seventh: layering the branches; eighth: smoking the fruitless tree, so that it bears fruit; ninth: culturing the cells in a container. Brahmana Mahasala, pray order your two disciples to study the problem and do the implementation." Udicchabrahmana acknowledged the royal order by saying: "Your Eminent Majesty, Gajendra Singha will immediately bring the machine to raise the tree to its upright station. And Charutejo will collect the seeds and the branches to act according to the royal initiative." The King ordered the two to hasten on their way, but bade the Brahmana Mahasala to stay on for further consultation.

๑๓๕

๓๖

ค รั้นอยู่ลำพังพระราชาตรัสกะพราหมณ์  ว่า : "เราสงวน
เรื่องนี้มาหลายเวลาแล้ว นับแต่ คราวลงเรือมุ่งสู่
สุวรรณภูมินั้น ก่อนคลื่นยักษ์มากระหน่ำนาวา เราได้ยินพาณิชชาว
สุวรรณภูมิพูดกัน เป็นภาษาสุวรรณภูมิว่า : 'โน่นปูทะเลยักษ์สู้กับปลา
และเต่า.' และว่าผู้ใดเหยียบปูนั้นได้ จะเป็นผู้ยิ่งใหญ่ หากมีความเพียร
แท้." พราหมณ์ทูลว่า : "ข้าพระองค์ก็เคยได้ยินเรื่องอย่างนี้ แต่ไม่
ทราบว่า มีปูทะเลยักษ์ดังนี้หรือไม่." พระราชาตรัสต่อว่า : "มีแน่แท้.
หลังจากได้กระโดดจากยอดเสากระโดงเรือ ลงทะเลพ้นปลาและเต่า
ก็ว่ายข้ามมหาสมุทร. ได้พักผ่อนเป็นคราว ๆ. บางครั้ง ก็รู้สึก
เหมือนเหยียบพื้นทะเลได้คล้าย ๆ ใกล้ถึงฝั่ง ดังเช่นบุคคลที่หกใน
จำพวกเจ็ดบุคคล  (ในอุทกูปมสูตรที่ ๕). แต่ที่แท้
เป็นปูทะเลยักษ์ นั้นเอง." พราหมณ์ทูลว่า : ที่จริงแท้
คือพระบุญญาธิการ."

36

When they were alone, the King told the Brahmin: "We have kept this to ourselves for a very long time, ever since the time we embarked for Suvarnabhumi. Just before the giant waves charged at the ship, we overheard the Suvarnabhumic traders talking among themselves in their own language, saying: 'Non, pudalay yak su kab pla lae tao. (pronounced: 'noan, bpoo tul-lay yuk soo gkub plar lae dtow.' meaning: over there, a giant sea crab fights with fish and turtles.)' And they also said that whoever manages to step on that giant crab, will achieve greatness, provided he practises genuine perseverance." The Brahmin said: "I have also heard of a story in this vein, but I do not know if there are such giant crabs." The King spoke further: "There surely are. After jumping from the top of the mast into the sea beyond the fish and the turtles, we swam in the ocean. We rested from time to time. Sometimes we felt like treading on the sea floor, like being near the shore, the same feeling as the sixth individual among the Seven Individuals (in the Fifth Udakupamasutta). In fact, it was the Giant Sea Crab." The Brahmin said: "Really, that was the great merit of your perseverance."

๓๗

พระราชาตรัสต่อ : "เมื่อนางมณีเมขลาอุ้มเรา ขึ้นจากทะเล นางกล่าวว่า : 'ท่านต้องให้สาธุชนได้รับพร แห่งโพธิญาณ จากโอษฐ์ของท่าน. ถึงกาลอันสมควรท่านจงตั้ง มหาวิชชาลัย.' คราวนั้นเราเศร้าหมองด้วยน้ำเค็มตลอดเจ็ดวัน จึงฟังว่า เราสมควรตั้งชื่อ สถาบันตามปู่ซึ่งชาวสุวรรณภูมิเรียกว่า 'ปูทะเล'. บัดนี้เราลังเลสงสัยว่า ถูกต้องหรือไม่. ท่านอาจารย์ทิศาปาโมกข์จงเผยมนสิการ." พราหมณ์ สนองพระราชโองการว่า : "พระราชอาชญามิพ้นเกล้า เทวดาน่าจะได้กล่าวว่า 'โพธิยาลัย' อันเป็นนามของสถาบันฤๅษีดัดตนที่วัดพระเชตุพน ใน เทวมหานคร เมืองสุวรรณภูมิ. แต่หากจะเรียกว่า 'ปูทะเลย์มหาวิชชาลัย' ก็น่าจะเหมาะสมเหมือนกัน." พระราชาตรัสว่า : "เป็นพระคุณของท่าน อาจารย์. เราแน่ใจว่าถึงกาลที่จะตั้งสถาบันแล้ว. เป็นสัจจะว่าควรตั้งมา นานแล้ว. เหตุการณ์ในวันนี้แสดงความจำเป็น. นับแต่อุปราช จนถึงคน รักษาช้างคนรักษาม้า และนับแต่คนรักษาม้าจนถึงอุปราช และโดยเฉพาะ เหล่าอมาตย์ ล้วนจาริกในโมหภูมิทั้งนั้น. พวกนี้ขาดทั้งความรู้วิชาการ ทั้งความรู้ทั่วไป คือความสำนึกธรรมดา : พวกนี้ไม่รู้แม้แต่ประโยชน์ ส่วนตน. พวกนี้ชอบผลมะม่วง แต่ก็ทำลายต้นมะม่วง." พราหมณ์ มหาศาล เห็นพ้องกับพระราชดำริ และกล่าวว่า : "พระราชาผู้เป็น บัณฑิต ข้าพระองค์ยังมีศิษย์ที่ดีไว้ใจได้ และจะประดิษฐาน 'ปูทะเลย์ มหาวิชชาลัย' ได้แน่นอน. มิถิลายังไม่สิ้นคนดี !"

37

The King continued: "As the Goddess Mani Mekhala picked us up from the sea, she said: 'Thou shouldst share with others the boon of enlightened wisdom. When time comes thou shouldst establish an institute of high learning.' At that time we were exhausted and dazed; so we thought we heard we should name the institute after the sea crab which is called 'Pudalay' in Suvarnabhumic language. Now we are not sure of the name; please, great teacher, voice your thoughts." The Brahmin said: "In my humble opinion, the Goddess must have said 'Bodhiyalaya', the same name as the Hermits' Institute in the Jetavana Temple, in Devamahanagara, Suvarnabhumi. But if the institute is called the 'Pudalay Mahavijjalaya', it would be quite adequate." The King said: "Thank you, dear teacher. We are sure that time has come to establish that institute. In fact, it should have been established many years ago. Today's events have shown the necessity. From the Viceroy down to the elephant mahouts and the horse handlers, and up from the horse handlers to the Viceroy, and especially the courtiers are all ignorant. They lack not only technical knowledge but also common knowledge, i.e. common sense: they do not even know what is good for them. They like mangoes, but they destroy the good mango tree." The Brahmin supported the idea; he said: "Wise King, you do not have to worry; I still have some good dependable disciples and The Pudalay Mahavijjalaya will be established. Mithila is not yet at a loss for good people!"

อวิชชา

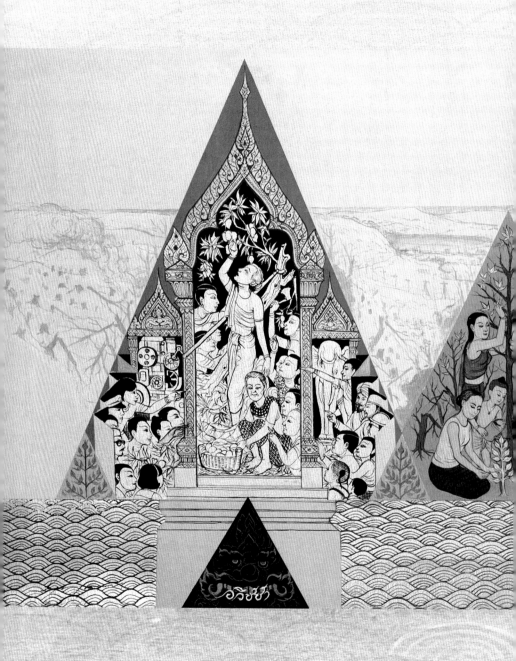

อนุรักษ์ พัฒนา
คุณธรรม

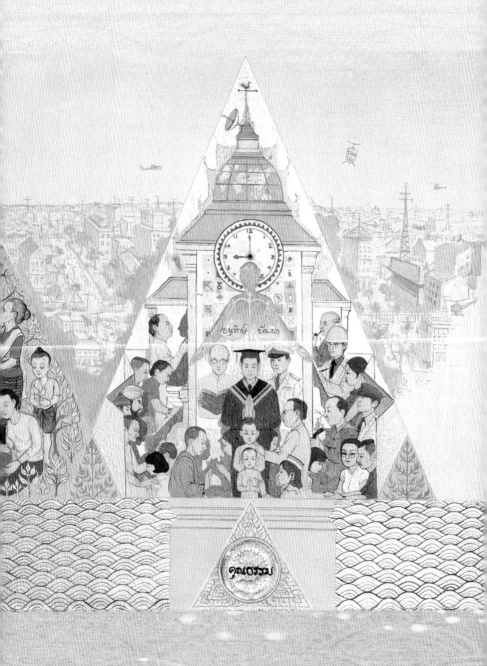

ภาคผนวก

มหาวิทยาลัยปูทะเลย์ ชื่อที่ถูกต้องคือ โพธิยาลัย หรือ โพธยาลัย หรือ โพธาลัย แต่
สระ โอ กลายเป็น สระ อู
"มิถิลา, วิเทหะ"; ปัจจุบันเป็นเมือง "ชนะกะปูระ, ประเทศเนปาล"
"กาลจัมปากะ, แคว้นอังคะ" หรือ "กาลจัมปา", "จัมปา", "จัมปาปูระ"; ปัจจุบันเป็นเมือง
"ภาคัลปูระ, แคว้นพิหาร, ประเทศอินเดีย."

ไมล์บก = มิเลีย ปาซุม (๑๐๐๐ ก้าว) = ๑๗๖๐ หลา = ๕๒๘๐ ฟุต = ๑๖๐๙.๓๕ เมตร
ไมล์ทะเล = หนึ่งลิปดาของวงใหญ่ของโลก = ๑๘๕๒ เมตร = ๖๐๗๖.๑๑๕๔๙ ฟุต
โยชน์ = ๓ ไมล์บก = ๔๘๒๘.๐๕ เมตร
หรือ โยชน์ = ๓ ไมล์ทะเล = ๕๕๕๖ เมตร
๖๐ โยชน์ = ๒๘๙.๖๘๓ กิโลเมตร
๗๐๐ โยชน์ = ๓๓๗๙.๖๓๕ กิโลเมตร
อุสภะ = ๒๐ ยัฏฐิ = ๑ เส้น ๑๕ วา = ๗๐ เมตร

พระไตรปิฎก เล่มที่ ๒๓ ชื่ออังคุตตรนิกายสัตตกนิบาต หน้า ๕๖๓ - ๕๖๔ อุทกูปมสูตรที่ ๕ (บุคคลเปรียบด้วยน้ำ ๗ ประเภท)

๑. จมลงไปครั้งเดียว จมลงไปเลย ได้แก่บุคคลผู้ประกอบด้วยอกุศลธรรมฝ่ายต่ำล้วน
(บาปชน)

๒. โผล่ขึ้นแล้วจม ได้แก่บุคคลผู้มีคุณธรรม แต่คุณธรรมเสื่อมไป (ปุถุชน)

๓. โผล่ขึ้นแล้ว ลอยอยู่ได้ ได้แก่ผู้มีคุณธรรมไม่เสื่อม (กัลยาณปุถุชน)

๔. โผล่ขึ้นแล้ว เห็นแจ่มแจ้ง เหลียวดู ได้แก่พระโสดาบัน (ผู้แรกถึงกระแสธรรม)

๕. โผล่ขึ้นแล้ว ว่ายเข้าหาฝั่ง ได้แก่พระสกทาคามี (ผู้มาสู่กามภพอีกครั้งเดียว)

๖. โผล่ขึ้นแล้ว ไปถึงที่ตื้น หยั่งพื้นทะเลได้ ได้แก่พระอนาคามี (ผู้ไม่มาสู่กามภพอีก)

๗. โผล่ขึ้นแล้ว ข้ามฝั่งได้ ยืนอยู่บนบก ได้แก่พระอรหันต์ (ผู้ทำให้แจ้งเจโตวิมุติ
ปัญญาวิมุติ อันไม่มีอาสวะ)

Appendices

The Pudalay University.   The right name should be "Bodhiyalaya" or
  "Bodhayalaya" or "Bodhyalaya" where the "o" became "u".
Mithila, Videha.   Modern Janakapur, Nepal.
Kalachampaka, Anga.   (Kalachampa, Champa, Champapur).   Modern
Bhagalpur, Bihar.

Statute Mile = milia pasuum = 1760 yards = 5280 feet = 1609.35 metres.
Nautical Mile = one minute of a great circle of the earth = 1852 metres =
  6076.11549 feet.
League = 3 statute miles = 4828.05 metres
or league = 3 nautical miles = 5556 metres
60 leagues = 289.683 km.
700 leagues = 3379.635 km.
One usabha = 20 yatthi = one sen and 15 wa = 70 metres

The Fifth Udakupamasutta (The Seven Individuals in the Water)

1. The one who plunges in the water and does not emerge is the one who
    is wholly wicked and evil. (The sinner).
2. The one who emerges and sinks again is the one who has had a glimpse
    of faith in wisdom but that faith wanes. (The ordinary man).
3. The one who emerges and stays afloat is the one who has faith and keeps
    it. (The virtuous man).
4. The one who emerges, has faith and looks around is the Sotapanna. (The
    Stream-Winner – the one who enters the stream of Enlightenment).
5. The one who emerges, looks around and begins to swim toward the shore
    is the Sakadagami. (The Once-Returner – the one who will return to this
    World but once).
6. The one who emerges and comes to the shallow water where he can touch
    the bottom with his feet is the Anagami. (The Non-Returner – the one
    who will not return to this World).
7. The one who emerges and reaches the firm land and treads the high
    ground is the Arahat. (The Worthy One – the one who has freed himself
    of all bondage with mind-emancipation and wisdom-emancipation).

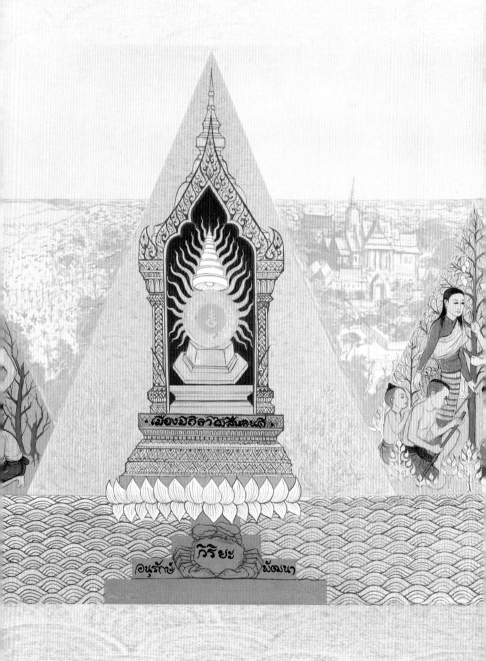

เมืองมีถิลาไม่สิ้นคนดี
วิริยะ
อนุรักษ์
พัฒนา

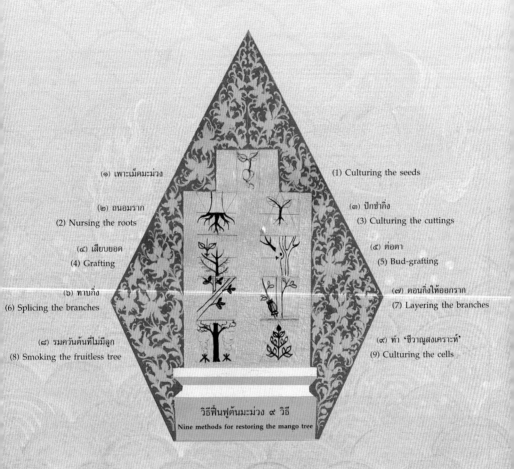

(๑) เพาะเม็ดมะม่วง
(1) Culturing the seeds

(๒) ถนอมราก
(2) Nursing the roots

(๓) ปักชำกิ่ง
(3) Culturing the cuttings

(๔) เสียบยอด
(4) Grafting

(๕) ต่อตา
(5) Bud-grafting

(๖) ทาบกิ่ง
(6) Splicing the branches

(๗) ตอนกิ่งให้ออกราก
(7) Layering the branches

(๘) รมควันต้นที่ไม่มีลูก
(8) Smoking the fruitless tree

(๙) ทำ 'ชีวาณูสงเคราะห์'
(9) Culturing the cells

วิธีฟื้นฟูต้นมะม่วง ๙ วิธี
Nine methods for restoring the mango tree

พระราชประวัติ

พระบาทสมเด็จพระปรมินทรมหาภูมิพลอดุลยเดช พระมหากษัตริย์
รัชกาลที่ ๙ แห่งพระบรมราชจักรีวงศ์ เสด็จพระราชสมภพที่เมืองเคมบริดจ์
รัฐแมสสาชูเสตต์ ประเทศสหรัฐอเมริกา ณ วันที่ ๕ ธันวาคม พ.ศ. ๒๔๗๐
เป็นพระราชโอรสในสมเด็จพระมหิตลาธิเบศร อดุลยเดชวิกรม พระบรม
ราชชนก และ สมเด็จพระศรีนครินทราบรมราชชนนี และเป็นพระราชนัดดา
ในพระบาทสมเด็จพระจุลจอมเกล้าเจ้าอยู่หัว พระบาทสมเด็จพระเจ้าอยู่หัว
ทรงเป็นนักพัฒนาที่อาศัยทฤษฎีทางวิชาการ กับ ประสบการณ์อันกว้างขวาง
เป็นหลักในการปฏิบัติ ทั้งทรงเป็นแบบอย่างที่ดีด้านคุณธรรม ได้ทรง
พระราชอุตสาหะบำเพ็ญพระราชกรณียกิจนานัปการ เพื่อประโยชน์สุขของ
ประชาชนชาวไทย และความเจริญมั่นคงของบ้านเมือง สืบต่อพระราช
ปณิธานในสมเด็จพระบรมอัยกาธิราช และสมเด็จพระบรมชนกนาถ ที่ทรง
มุ่งมั่นจะพัฒนาสยามประเทศให้ก้าวหน้าทัดเทียมนานาอารยประเทศ พระ
จริยาวัตรส่วนนี้เป็นที่ประจักษ์กันดีทั้งชาวไทยและชาวโลก

การศึกษา

ทรงศึกษาชั้นต้น ที่โรงเรียนมาแตร์ เดอี กรุงเทพมหานครฯ ชั้น
ประถมศึกษาที่โรงเรียน Miremont เมืองโลซานน์ ประเทศสวิตเซอร์แลนด์
ชั้นมัธยมศึกษาที่โรงเรียน Ecole Nouvelle de la Suisse Romande,
Chailly-sur-Lausanne และทรงได้รับประกาศนียบัตร Bachelier ès
Lettres จาก Gymnase Classique Cantonal แห่งเมือง Lausanne

ทรงศึกษาขั้นอุดมศึกษา ที่มหาวิทยาลัย Lausanne แขนงวิชาวิทยาศาสตร์ ต่อมาทรงเปลี่ยนเป็นวิชารัฐศาสตร์และกฎหมาย เพื่อรับพระราชภารกิจ

งานพระราชนิพนธ์

ในด้านงานพระราชนิพนธ์ทางวรรณกรรมนั้น ประชาชนทั่วทั้งประเทศได้ประจักษ์ในพระปรีชาสามารถของพระองค์มานานแล้ว หนังสือพระราชนิพนธ์แปลเรื่อง **"นายอินทร์ผู้ปิดทองหลังพระ"** พิมพ์เมื่อ พ.ศ. ๒๕๓๖ จากหนังสือเรื่อง *"A Man Called Intrepid"* ของ William Stevenson และหนังสือพระราชนิพนธ์แปลเรื่อง **"ติโต"** พิมพ์เมื่อ พ.ศ. ๒๕๓๗ จาก *"Tito"* ของ Phyllis Auty เป็นหนังสือแปลจากภาษาต่างประเทศ ที่ได้รับความนิยมแพร่หลายที่สุดในปีนั้นๆ เฉพาะอย่างยิ่งหนังสือพระราชนิพนธ์แปลเรื่องแรกที่มีสถิติจำหน่ายสูงสุด คือเกินหนึ่งแสนเล่ม รายได้จากการจำหน่ายหนังสือทั้งสองเล่ม ได้พระราชทานสมทบทุนมูลนิธิชัยพัฒนา

ABOUT THE AUTHOR

His Majesty King Bhumibol Adulyadej, the ninth monarch of the Royal House of Chakri, was born in Cambridge, Massachusetts, the United States of America, on Monday 5th December 1927, son of Their Royal Highnesses Prince and Princess Mahidol of Songkhla and a grandson of King Chulalongkorn. He has followed the resolute purpose of both his father and grandfather who in their time were determined to develop and reform various institutions of Thailand to bring them abreast with those of the Western World. With deepest concern for the Thai Nation, His Majesty, who is both a theorist and a practitioner of development and regarded as a paragon of virtue, has applied his perseverance and devotion to the sustainable development for the secure future of his people which is a recognized fact worldwide.

Education

After a brief period of primary schooling at Mater Dei School in Bangkok, His Majesty left for Lausanne, Switzerland to further his primary education at Miremont and secondary education at the Ecole Nouvelle de la Suisse Romande, Chailly-sur-Lausanne. He received the Bachelier ès Lettres diploma from the Gymnase Classique Cantonal, and then chose to enter the University of Lausanne to study Science but later changed to Political Science and Law due to the demand of duty.

Literary Works

His Majesty's literary genius has long been recognized by the Thai people. His major works, **Nai In Phu Pit Thong Lang Phra,** published in 1993, translated from *A Man Called Intrepid* by William Stevenson and **Tito,** published in 1994, translated from the book of the same title by Phyllis Auty, were best-sellers among the Thai translation publications in those years. As for the first book, the publication of over 100,000 copies has been an all-time record. His Majesty has graciously donated the proceeds from the books to the Chai Pattana Foundation.

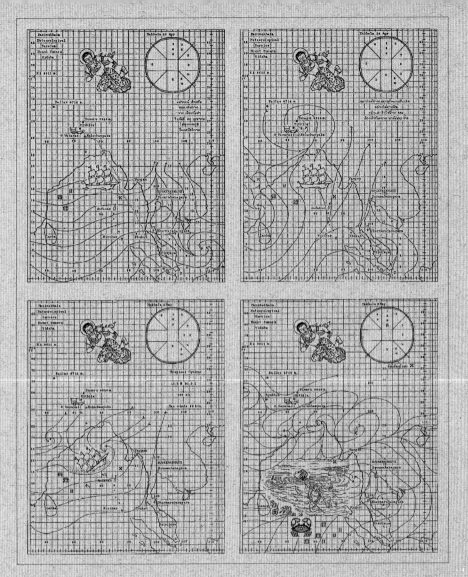

ภาพแผนที่หน้า ๕๔, ๕๕, ๕๖, ๕๗

แผนที่ฝีพระหัตถ์ แสดงสถานที่ตั้งทางภูมิศาสตร์ของเมืองโบราณบางแห่งที่กล่าวถึงในหนังสือเล่มนี้ นอกจากนั้นยังแสดง
ข้อมูลทางอุตุนิยมวิทยาเกี่ยวกับทิศทางลม กับกำหนดวันเดินทะเล ตลอดจนจุดอับปางของเรืออับโชค ตามที่ปรากฏ
ในเนื้อเรื่อง ที่ทรงคาดคะเนโดยอาศัยข้อมูลทางโหราศาสตร์

Charts on pages 54, 55, 56, 57

Charts drawn by His Majesty the King showing the geographical location of some ancient cities mentioned
in the story, the meteorological data about the direction of the winds, the astrological data on the supposed
travelling dates in the story and the supposed foundering location of the ill-fated ship.

ปัญญา วิจินธนสาร / จิตรกร

เกิด	:	๒๕ พฤษภาคม ๒๔๙๙ จังหวัดประจวบคีรีขันธ์
การศึกษา	:	ศิลปบัณฑิต สาขาศิลปไทย คณะจิตรกรรมประติมากรรมและภาพพิมพ์ มหาวิทยาลัยศิลปากร ศึกษาศิลปะภาพพิมพ์ที่ สเลดสกูลออฟไฟน์อาร์ตส์, ยูนิเวอร์ซิตี คอลเลจ ลอนดอน ประเทศอังกฤษ
การแสดงผลงาน	:	จัดแสดงผลงานทั้งในประเทศและต่างประเทศ เช่น ประเทศออสเตรเลีย สหรัฐอเมริกา สเปน และอังกฤษ มีผลงานชิ้นสำคัญคือ การเขียนภาพจิตรกรรมฝาผนังพระอุโบสถวัดพุทธปทีป กรุงลอนดอน ประเทศอังกฤษ และได้รับเสนอชื่อเป็นผู้แทนศิลปินไทยให้เขียนภาพจิตรกรรมไทยตกแต่งศาลาไทย ในงานเวิร์ลด์เอ็กซ์โป '๘๘ ที่ประเทศออสเตรเลีย และงานเวิร์ลด์เอ็กซ์โป '๙๒ ที่ประเทศสเปน เคยได้รับรางวัลเหรียญทองจากนิทรรศการจิตรกรรม "บัวหลวง" ของธนาคารกรุงเทพ
ปัจจุบัน	:	เป็นอาจารย์ประจำภาควิชาศิลปไทย คณะจิตรกรรมฯ มหาวิทยาลัยศิลปากร

Panya Vijinthanasarn / Painter

Art Instructor of Thai Art Department, The Faculty of Painting, Sculpture and Graphic Arts, Silpakorn University.

Born	:	May 25, 1956
Education	:	B.F.A. (Thai Art), The Faculty of Painting, Sculpture and Graphic Arts, Silpakorn University. Print Making, Slade School of Fine Arts, University College, London, U.K.
Exhibition	:	Exhibition in Thailand and other countries–Australia, U.S.A., Spain and U.K.
Awards	:	First Prize, Gold Medal, 4th Bua Luang Art Exhibition

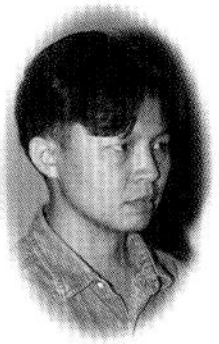

เนติกร ชินโย / จิตรกร

เกิด	:	๘ ธันวาคม ๒๕๐๙ จังหวัดกาฬสินธุ์
การศึกษา	:	ศิลปมหาบัณฑิต สาขาจิตรกรรม คณะจิตรกรรมประติมากรรมและภาพพิมพ์ มหาวิทยาลัยศิลปากร
การแสดงผลงาน	:	ส่งผลงานเข้าร่วมแสดงในการแสดงศิลปกรรมแห่งชาติ นิทรรศการจิตรกรรมบัวหลวง ของธนาคารกรุงเทพ และการแสดงงานจิตรกรรมแบบเหมือนจริงของธนาคารกสิกรไทย
รางวัลเกียรติยศ	:	ได้รับรางวัลจากการประกวดศิลปกรรมระดับชาติหลายครั้ง เช่น รางวัลที่ ๓ เหรียญทองแดง จากการแสดงศิลปกรรมแห่งชาติ ๒ ครั้ง ได้รับรางวัลเหรียญเงิน "ศิลป์ พีระศรี" จากการแสดงศิลปกรรม ของศิลปินรุ่นเยาว์ และรางวัลชนะเลิศการประกวดงานจิตรกรรมแบบเหมือนจริงของธนาคารกสิกรไทย
ปัจจุบัน	:	เป็นศิลปินอิสระ

Netikorn Chinyo / Painter

Artist

Born	:	December 8, 1966
Education	:	B.F.A. and M.F.A. (Painting), The Faculty of Painting, Sculpture and Graphic Arts, Silpakorn University.
Exhibition	:	National Exhibition of Art, Bua Luang Art Exhibition, etc.
Awards	:	Third Prize, Bronze Medal, 37th, 40th National Art Exhibition

๑	๒	๓
๔	๕	
๖		

๑ บทที่ ๑ หน้า ๒-๓

๒ บทที่ ๒ หน้า ๗

๓ บทที่ ๓ หน้า ๑๑

๔ บทที่ ๔ หน้า ๑๓

๕ ๖ บทที่ ๕ หน้า ๑๖-๑๗, ๑๘-๑๙

๑	๒
๓	๔	๕

๑ แผนที่ หน้า (๑๒)-(๑๓)

๒ บทที่ ๖ หน้า ๒๑

๓ บทที่ ๗ หน้า ๒๕

๔ บทที่ ๘ หน้า ๒๙

๕ บทที่ ๙ หน้า ๓๑

จินตนา เปี่ยมศิริ / จิตรกร

เกิด	:	๑๐ กันยายน ๒๕๐๙ จังหวัดนครพนม
การศึกษา	:	ศิลปมหาบัณฑิต สาขาศิลปไทย คณะจิตรกรรมประติมากรรมและภาพพิมพ์ มหาวิทยาลัยศิลปากร
การแสดงผลงาน	:	จัดแสดงผลงานทั้งเดี่ยว กลุ่ม และส่งผลงานเข้าร่วมแสดง เช่น นิทรรศการศิลปกรรมเดี่ยว "สีสันในขนบท" นิทรรศการศิลปินหญิงอาเซียน และนิทรรศการศิลปะเนื่องในโอกาสครบรอบ ๕๐ ปี ของธนาคารแห่งประเทศไทย
รางวัลเกียรติยศ	:	ได้รับรางวัลจากการประกวดศิลปกรรมระดับชาติหลายครั้ง เช่น รางวัลเหรียญเงินจากการแสดงศิลปกรรมของศิลปินรุ่นเยาว์ รางวัลที่ ๓ จากการแสดงงานจิตรกรรมเทิดพระเกียรติเนื่องในวโรกาสที่สมเด็จพระนางเจ้าสิริกิติ์ พระบรมราชินีนาถ มีพระชนมายุครบ ๖๐ พรรษา และรางวัลที่ ๓ จากนิทรรศการจิตรกรรม "บัวหลวง" ของธนาคารกรุงเทพ
ปัจจุบัน	:	เป็นศิลปินอิสระ

Jintana Piamsiri / Painter

Artist

Born	:	September 10, 1966
Education	:	B.F.A. and M.F.A. (Thai Painting), The Faculty of Painting, Sculpture and Graphic Arts, Silpakorn University.
Exhibition	:	Solo and Group Exhibitions
Awards	:	Third Prize, Bronze Medal, 14th,17th,18th Bua Luang Art Exhibition

เฉลิมชัย โฆษิตพิพัฒน์ / จิตรกร

เกิด	:	๑๕ กุมภาพันธ์ ๒๔๙๘ จังหวัดเชียงราย
การศึกษา	:	ศิลปบัณฑิต สาขาศิลปไทย คณะจิตรกรรมประติมากรรมและภาพพิมพ์ มหาวิทยาลัยศิลปากร
การแสดงผลงาน	:	จัดแสดงผลงานเดี่ยวทั้งในประเทศและต่างประเทศ เช่น การแสดงเดี่ยวที่หอศิลป์ไลน์นาเวลด์ ประเทศศรีลังกา แสดงเดี่ยวย้อนหลังผลงาน ๑๗ ปี ณ โรงแรมอิมพีเรียลควีนสปาร์ค และแสดงผลงานในสหรัฐอเมริกา ผลงานชิ้นสำคัญ คือ การเขียนภาพจิตรกรรมฝาผนังพระอุโบสถวัดพุทธปทีป กรุงลอนดอน ประเทศอังกฤษ และการเขียนภาพจิตรกรรมฝาผนังภายในพระเจดีย์ วัดหลักสี่ กรุงเทพมหานคร
รางวัลเกียรติยศ	:	ได้รับรางวัลที่ ๑ เหรียญทอง จากนิทรรศการจิตรกรรม "บัวหลวง" ครั้งที่ ๓ ของธนาคารกรุงเทพ และได้รับเครื่องหมายเกียรติคุณเป็นบุคคลตัวอย่างผู้ส่งเสริมงานวัฒนธรรมด้านจิตรกรรมไทย ปี พ.ศ. ๒๕๓๖ จากสำนักงานคณะกรรมการวัฒนธรรมแห่งชาติ
ปัจจุบัน	:	เป็นศิลปินอิสระ

Chalermchai Kositpipat / Painter

Artist

Born	:	February 15, 1955
Education	:	B.F.A. (Thai Painting), The Faculty of Painting, Sculpture and Graphic Arts, Silpakorn University
Exhibition	:	Exhibition in Thailand and other countries–Sri Lanka, U.S.A., etc.
Awards	:	First Prize, Gold Medal, 3rd Bua Luang Art Exhibition

| ๑ | ๒ | ๓ |
| ๔ | ๕ | ๖ |

๑ บทที่ ๑๐, ๑๑ หน้า ๓๕
๒ บทที่ ๑๒ หน้า ๓๗
๓ บทที่ ๑๓ หน้า ๔๑
๔ บทที่ ๑๔, ๑๕ หน้า ๔๕
๕, ๖ บทที่ ๑๖ หน้า ๔๗, ๔๙

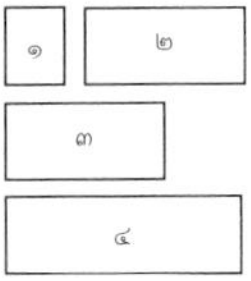

๑	๒
๓	
๔	

๑ บทที่ ๑๗ หน้า ๕๓
๒, ๓ บทที่ ๑๘ หน้า ๖๐-๖๑-๖๒, ๖๓-๖๔-๖๕
๔ บทที่ ๑๙, ๒๐, ๒๑ หน้า ๗๑-๗๒-๗๓-๗๔

ประหยัด พงษ์ดำ / จิตรกร

เกิด	:	๒๘ ตุลาคม ๒๔๗๗ จังหวัดสิงห์บุรี
การศึกษา	:	ศิลปบัณฑิต สาขาจิตรกรรม คณะจิตรกรรมประติมากรรมและภาพพิมพ์ มหาวิทยาลัยศิลปากร ประกาศนียบัตรศิลปการออกแบบจาก L'Accademia di Bell'Arte, กรุงโรม ประเทศอิตาลี
การแสดงผลงาน	:	จัดแสดงผลงานศิลปกรรมทั้งในประเทศและต่างประเทศ เช่น ที่ประเทศอิตาลี เปอร์เซีย ยูโกสลาเวีย ชิลีและเวียดนาม
รางวัลเกียรติยศ	:	ได้รับรางวัลเหรียญทองจากการแสดงศิลปกรรมแห่งชาติหลายครั้ง ได้รับการประกาศยกย่องให้เป็นศิลปินชั้นเยี่ยมแห่งชาติ สาขาภาพพิมพ์ เมื่อ พ.ศ. ๒๕๒๔
ปัจจุบัน	:	เป็นศาสตราจารย์ ประจำภาควิชาภาพพิมพ์ คณะจิตรกรรมฯ มหาวิทยาลัยศิลปากร

Prayat Pongdam / Painter

Professor of Graphic Art Department,The Faculty of Painting, Sculpture and Graphic Arts, Silpakorn University.

Born	:	October 28, 1934
Education	:	B.F.A. (Painting), The Faculty of Painting, Sculpture and Graphic Arts, Silpakorn University, Bangkok, Thailand. Dip. Decorazione, L'Accademia di Bell'Arte, Rome, Italy.
Exhibition	:	Exhibitions in Thailand and other countries–Italy, Yugoslavia, Chile, Vietnam and Persia.
Awards	:	First Prize, Gold Medal, Graphic Arts, 14th, 27th National Exhibition of Art. Honorable Artist, Graphic Art, 27th National Exhibition of Art.

พิชัย นิรันต์ / จิตรกร

เกิด	:	๗ กุมภาพันธ์ ๒๔๗๙ กรุงเทพมหานคร
การศึกษา	:	อนุปริญญาศิลปบัณฑิต คณะจิตรกรรมประติมากรรมและภาพพิมพ์ มหาวิทยาลัยศิลปากร
การแสดงผลงาน	:	จัดแสดงผลงานทั้งในประเทศ เช่น การแสดงศิลปกรรมแห่งชาติ และต่างประเทศ เช่น ที่ประเทศสหรัฐอเมริกา ฝรั่งเศสและญี่ปุ่น ผลงานชิ้นสำคัญ คือได้รับการคัดเลือกให้เป็นผู้ออกแบบสังเวชนียสถาน ณ พุทธมณฑล จังหวัดนครปฐม
รางวัลเกียรติยศ	:	ได้รับรางวัลจากการแสดงศิลปกรรมแห่งชาติหลายครั้ง เช่น รางวัลที่ ๑ เหรียญทอง รางวัลที่ ๒ เหรียญเงิน และรางวัลที่ ๓ เหรียญทองแดง
ปัจจุบัน	:	เป็นศิลปินอิสระ

Pichai Nirand / Painter

Artist

Born	:	February 7, 1936
Education	:	Diploma in Painting, The Faculty of Painting, Sculpture and Graphic Arts, Silpakorn University.
Exhibition	:	Exhibitions in Thailand and other countries–U.S.A., France and Japan.
Awards	:	First Prize, Gold Medal, National Exhibition of Art.

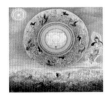

๑	๒
๓	

๑ บทที่ ๒๒ หน้า ๗๗
๒ บทที่ ๒๖ หน้า ๙๗
๓ บทที่ ๒๗ หน้า ๑๐๐-๑๐๑

๑	๒
๓	

๑ บทที่ ๒๓ หน้า ๘๑
๒ บทที่ ๒๔ หน้า ๘๕
๓ บทที่ ๒๕ หน้า ๙๒-๙๓

ธีระวัฒน์ คะนะมะ / จิตรกร

เกิด	:	๓๐ ธันวาคม ๒๕๐๗ จังหวัดมหาสารคาม
การศึกษา	:	ศิลปบัณฑิต สาขาศิลปไทย คณะจิตรกรรมประติมากรรมและภาพพิมพ์ มหาวิทยาลัยศิลปากร
การแสดงผลงาน	:	ส่งผลงานเข้าร่วมแสดงในงานระดับชาติหลายครั้ง เช่น การแสดงศิลปกรรมแห่งชาติ นิทรรศการจิตรกรรม "บัวหลวง" ของธนาคารกรุงเทพ และนิทรรศการจิตรกรรมเทิดพระเกียรติ สมเด็จพระเทพรัตนราชสุดาฯ สยามบรมราชกุมารี ในวโรกาสที่ทรงมีพระชนมายุครบ ๓๖ พรรษา และได้รับการเสนอชื่อให้เป็นผู้แทนศิลปินไทยเขียนภาพจิตรกรรมไทยตกแต่งศาลาไทยในงานเวิร์ลด์เอ็กซ์โป '๘๘ ที่ประเทศออสเตรเลีย และงานเวิร์ลด์เอ็กซ์โป '๙๒ ที่ประเทศสเปน เคยได้รับรางวัลยอดเยี่ยมจากการประกวดศิลปกรรมหลายครั้ง
ปัจจุบัน	:	เป็นศิลปินอิสระ

Teerawat Kanama / Painter

Artist

Born	:	December 30, 1964
Education	:	B.F.A.(Thai Painting), The Faculty of Painting, Sculpture and Graphic Arts, Silpakorn University.
Exhibition	:	Exhibitions in Thailand.
Awards	:	First Prize, Gold Medal, Thai Farmers Bank's Art Contest in the Celebration Marking the Auspicious Occasion of the 80th Birthday Anniversary of the Supreme Patriarch.

ปรีชา เถาทอง / จิตรกร

เกิด	:	๒๗ เมษายน ๒๔๙๑ กรุงเทพมหานคร
การศึกษา	:	ศิลปมหาบัณฑิต สาขาจิตรกรรม คณะจิตรกรรมประติมากรรมและภาพพิมพ์ มหาวิทยาลัยศิลปากร ประกาศนียบัตร ศิลปะวาดเส้นจาก L'Accademia di Bell' Arte, กรุงโรม ประเทศอิตาลี
การแสดงผลงาน	:	จัดแสดงผลงานศิลปกรรมทั้งในประเทศและต่างประเทศ เช่น ที่ประเทศเดนมาร์ก เยอรมนี สิงคโปร์ อินโดนีเซีย ญี่ปุ่น มาเลเซีย ฟิลิปปินส์ สหรัฐอเมริกา ยูโกสลาเวีย ฮ่องกง ไต้หวัน ฝรั่งเศส มีผลงานชิ้นสำคัญคือ จิตรกรรมฝาผนังที่ธนาคารอาคารสงเคราะห์ และอาคารปริทัศน์อนุสรณ์สถานแห่งชาติ
รางวัลเกียรติยศ	:	ได้รับรางวัลเหรียญทองจากการแสดงศิลปกรรมแห่งชาติหลายครั้ง จนได้รับการประกาศยกย่องให้เป็นศิลปินชั้นเยี่ยมแห่งชาติ สาขาจิตรกรรม ในปี พ.ศ. ๒๕๒๒
ปัจจุบัน	:	เป็นผู้ช่วยศาสตราจารย์ ประจำภาควิชาศิลปไทย คณะจิตรกรรมประติมากรรมและภาพพิมพ์ มหาวิทยาลัยศิลปากร

Preecha Thaothong / Painter

Assistant Professor of Thai Art Department, The Faculty of Painting, Sculpture and Graphic Arts, Silpakorn University.

Born	:	April 27, 1948
Education	:	B.F.A. (Painting); M.F.A. (Painting), The Faculty of Painting, Sculpture and Graphic Arts, Silpakorn University. Dip. Drawing, L'Accademia di Bell'Arte, Rome, Italy.
Exhibition	:	Exhibition in Thailand and other countries–Denmark, Germany, Singapore, Indonesia, Japan, Malaysia, the Philippines, U.S.A., Yugoslavia, Hong Kong, France, Taiwan and Bangladesh.
Awards	:	First Prize, Gold Medal, Painting, 23rd, 24th, 25th National Exhibition of Art. Honorary Artist, Painting, 25th National Exhibition of Art.

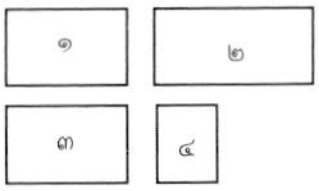

๑ บทที่ ๒๘ หน้า ๑๐๖-๑๐๗
๒ บทที่ ๒๙ หน้า ๑๑๐-๑๑๑-๑๑๒
๓ บทที่ ๓๐, ๓๑ หน้า ๑๑๘-๑๑๙
๔ บทที่ ๓๒ หน้า ๑๒๓

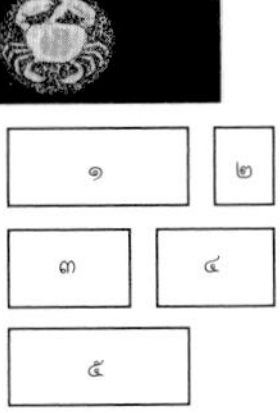

๑ บทที่ ๓๓ หน้า ๑๒๖-๑๒๗-๑๒๘
๒ บทที่ ๓๔ หน้า ๑๓๑
๓ บทที่ ๓๕ หน้า ๑๓๔-๑๓๕
๔ บทที่ ๓๖ หน้า ๑๓๘-๑๓๙
๕ บทที่ ๓๗ หน้า ๑๔๒-๑๔๓-๑๔๔

นนทิวรรธน์ จันทนะผะลิน/ ประติมากร

เกิด	:	๑๖ ตุลาคม ๒๔๘๙ กรุงเทพมหานคร
การศึกษา	:	ศิลปบัณฑิต สาขาประติมากรรม คณะจิตรกรรมประติมากรรมและภาพพิมพ์ มหาวิทยาลัยศิลปากร ศิลปมหาบัณฑิต สาขาประติมากรรม มหาวิทยาลัยศิลปากร, Dip. I.P.S.I.A.M. (Carrara) ประเทศอิตาลี
การแสดงผลงาน	:	จัดแสดงผลงานทั้งในประเทศ และต่างประเทศ เช่นที่ประเทศเดนมาร์ก อิตาลี สาธารณรัฐประชาชนจีน ญี่ปุ่น เกาหลีใต้ และสหรัฐอเมริกา มีผลงานชิ้นสำคัญคือประติมากรรมขนาด ๒.๕๐ เมตร ในสำนักงานใหญ่ธนาคารกสิกรไทย และรูปพระพิรุณทรงนาค หน้าตึกอธิการบดี มหาวิทยาลัยเกษตรศาสตร์
รางวัลเกียรติยศ	:	ได้รับรางวัลจากการแสดงศิลปกรรมแห่งชาติหลายครั้ง ได้รับมอบหมายให้เป็นผู้ออกแบบและดำเนินการจัดสร้างประติมากรรมสำคัญ ๆ หลายครั้ง
ปัจจุบัน	:	เป็นคณบดีคณะจิตรกรรม ประติมากรรมและภาพพิมพ์มหาวิทยาลัยศิลปากร

Nonthivathn Chandhanapalin / Sculptor
Artist

Born	:	October 16, 1946
Education	:	B.F.A. (Sculpture); M.F.A. (Sculpture), The Faculty of Painting, Sculpture and Graphic Arts, Silpakorn University. Dip. I.P.S.I.A.M. (Carrara), Italy.
Exhibition	:	Exhibitions in Thailand and other countries – Denmark, Italy, the People's Republic of China, Japan, South Korea and U.S.A.
Awards	:	Prizes from National Exhibition of Art, Thailand
Position	:	Dean of the Faculty of Painting, Sculpture and Graphic Arts, Silpakorn University.

พิษณุ ศุภนิมิตร / ผู้ออกแบบหนังสือและผู้ประสานงานศิลปิน

เกิด	:	๑๗ มกราคม ๒๔๙๑ จังหวัดสมุทรสงคราม
การศึกษา	:	ศิลปมหาบัณฑิต สาขาภาพพิมพ์ มหาวิทยาลัยศิลปากร
การแสดงผลงาน	:	จัดแสดงผลงานทั้งในและต่างประเทศ เช่น ประเทศเดนมาร์ก เยอรมนี บราซิล สิงคโปร์ ยูโกสลาเวีย มาเลเซีย อินโดนีเซีย ฟิลิปปินส์ นอร์เวย์ ไต้หวัน ญี่ปุ่น อังกฤษ และสหรัฐอเมริกา ได้รับเชิญเข้าร่วมทำงานศิลปะในงานมหกรรมศิลปะนานาชาติที่บาหลี ประเทศอินโดนีเซีย
รางวัลเกียรติยศ	:	ได้รับรางวัลจากการแสดงศิลปกรรมในระดับชาติหลายครั้ง เช่น ได้รับรางวัลที่ ๑ เหรียญทอง จากการแสดงศิลปกรรมแห่งชาติ ๓ ครั้ง ได้รับรางวัลยอดเยี่ยมจากการแสดงศิลปกรรมร่วมสมัยของธนาคารกสิกรไทย ได้รับรางวัลพิเศษจากการประกวดภาพพิมพ์นานาชาติ ที่กรุงโตเกียว ประเทศญี่ปุ่น และรางวัลที่ ๒ จากการประกวดภาพพิมพ์นานาชาติที่เมืองฟรีเชน ประเทศเยอรมนี
ปัจจุบัน	:	เป็นอาจารย์ประจำภาควิชาภาพพิมพ์ คณะจิตรกรรมประติมากรรมและภาพพิมพ์ มหาวิทยาลัยศิลปากร และเป็นนักเขียนอิสระ

Pishnu Supanimit / Book Designer and Artist Coordinator
Art Instructor of Graphic Arts Department, The Faculty of Painting, Sculpture and Graphic Arts, Silpakorn University.

Born	:	January 17, 1948
Education	:	B.F.A. and M.F.A. (Graphic Arts), The Faculty of Painting, Sculpture and Graphic Arts, Silpakorn University.
Exhibition	:	Exhibitions in Thailand and other countries–Denmark, Germany, Brazil, Singapore, Yugoslavia, Malaysia, Indonesia, the Philippines, Norway, Taiwan, Japan, U.K. and U.S.A.
Awards	:	First Prize, Gold Medal, Graphic Arts, 24th, 26th National Exhibition of Art. First Prize, Gold Medal, Painting, 29th National Exhibition of Art.